வருவதற்கு
முன்பிருந்த வெயில்

வருவதற்கு
முன்பிருந்த வெயில்

ஜி. கார்ல் மார்க்ஸ்

எதிர்
வெளியீடு

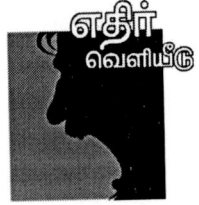

வருவதற்கு முன்பிருந்த வெயில்
ஜி. கார்ல் மார்க்ஸ்

முதல் பதிப்பு: மார்ச் 2016
இரண்டாம் பதிப்பு: ஜூன் 2018
மூன்றாம் பதிப்பு: அக்டோபர் 2023

எதிர் வெளியீடு,
96, நியூ ஸ்கீம் ரோடு, பொள்ளாச்சி - 642 002
தொலைபேசி: 04259 - 226012, 99425 11302

விலை: ரூ. 180

Varuvatharkku Munbiruntha Veyil
G. Karl Max
Copyright © G. Karl Max

First Edition: March 2016
Second Edition: June 2018
Third Edition: October 2023

Published by
Ethir Veliyeedu, 96, New Scheme Road, Pollachi - 2
email: ethirveliyedu@gmail.com
www.ethirveliyeedu.com

ISBN: 978-93-84646-61-5
Cover Design: Santhosh Narayanan
Printed at Jothy Enterprises, Chennai.

All rights reserved. No part of this book may be reprinted or reproduced or utilised in any form or by any electronic, mechanical or other means, now known or hereafter invented, including photocopying and recording, or in any information storage or retrieval system, without permission in writing from the Publisher.

உள்ளே:

என்னுரை 09

முகப்புரை 13

ஆட்டம் 17

வார்த்தைகளின் மீது படரும் பனி 26

செவப்பு ஓணான் 38

வருவதற்கு முன்பிருந்த வெயில் 51

அப்போது அது வேறாக இருந்தது 62

காட்டாமணக்கு 72

உப்புச்சுவை 84

மகிழம்பூ 94

டிராகன் டாட்டூ 104

கட்டுத்தரை 114

கனகசபைக்கு...

என்னுரை

எல்லோரையும் போல காமிக்ஸ்களில் இருந்து தொடங்கியது தான் எனது வாசிப்பும். கிராமச்சூழல்தான் என்ற போதும் வாசிப்பிற்கான நிறைய சாத்தியங்கள் இருந்தது வீட்டில். காங்கிரஸ் அனுதாபியான தாத்தாவுக்குப் பிறகு, முதல் தலைமுறையாக படித்தவர்கள் அப்பா மற்றும் சித்தப்பாக்கள். எழுபதுகளின் இறுதியில் இருந்த தமிழகத்து அரசியல் சூழல் படிப்பை நோக்கி அவர்களை நகர்த்தியிருந்தது. திராவிட இயக்க அரசியல் அவர்களை ஈர்த்திருந்தது.

வீட்டில் எல்லா புத்தகங்களும் இருக்கும். பள்ளி வயதிலேயே தின இதழ்கள், வார இதழ்கள், அரசியல் பத்திரிகைகள் என புரிந்தோ புரியாமலோ அவற்றில் நுழைந்த எனது பால்யம் வாசிப்பின் மீதான ஆர்வத்தைக் கூட்டியிருந்தது. எழுதுவதை நோக்கி நகர்ந்ததற்குப் பின்னால் அந்த வாசிப்புச் சூழல் இருந்ததை பெருமிதமாக உணர்கிறேன்.

விவசாயம்தான் குடும்பத் தொழில். அதைத் தொழில் என்று சொல்வது கூட சொல் முறைக்காகத்தான். தொண்ணூறுகளின் மத்தியில் கல்லூரிப் படிப்பு. அதே காலகட்டம்தான் புதிய பொருளாதாரக் கொள்கைகள் அமலாக்கமும், அது வாழ்வின் மீது படரத் தொடங்கியிருந்ததும். மாற்றங்களை எளிதாகப் புரிந்து கொள்ள முடிந்தது. பள்ளிப் பருவத்திலேயே அறிமுகப் படுத்தப்பட்ட பெரியார், மார்க்ஸ் குறித்த புத்தகங்களுக்கு அதில் பங்குண்டு. கல்லூரிப் பருவத்தில்தான் நவீன இலக்கியங்கள் மீதான அறிமுகம்.

கல்லூரி முடித்து வேலை தேடிக்கொண்டிருந்த காலத்தில்தான் தீவிரமான வாசிப்புக்குள் நுழைந்தது. இப்போதும் நினைவிருக்கும் பல ஆக்கங்கள் அப்போது படித்தவைதான். அது ஒரு குழப்பமான காலகட்டம். வேலைக்குப் போயே ஆக வேண்டிய வீட்டுச் சூழல். அதே சமயம் இலக்கியத்தின் மீதான தேடல் மாய வசீகரமாக என் மீது படர்ந்திருந்தது. அதை எதிர்கொள்ள முடியாமல் நான் தடுமாறியிருக்கிறேன் என்பதை, இப்போது நிதானமாக யோசிக்கையில் உணர்கிறேன்.

வேலையும் எளிதாகக் கிடைத்துவிடவில்லை. அது குறித்தான அதிருப்திகளை இலக்கியம் இல்லாமலாக்கி விட்டிருந்தது. ஆனால் வீட்டில் என் மீதான அதிருப்தி கூடிக்கொண்டே வந்தது. பிறகு வேலைக்காக ஊரைவிட்டு வந்தபோது, அத்தனை தீவிரம் இல்லாவிட்டாலும் வாசிப்பைத் தொடரவே முடிந்தது. அதிக வருடங்கள் சென்னையில்தான் இருந்திருக்கிறேன். சென்னை வருவதற்கு முன்பு கொஞ்சநாள் ஓசூரில். அப்போதுதான் கவிதைகள் எழுதத் தொடங்கினேன். முதல் கவிதை போப்பு, ஆதவன் ஆகியோர் தொகுத்த ஒரு புத்தகத்தில் வெளியானபோது அது குறித்து உரையாடக்கூடக் கூச்சமாக இருந்தது. இத்தனைக்கும் இலக்கிய விவாதம் என்பது நான் மற்றும் எனது நண்பர்கள் ஆகியோரது வாழ்வின் ஒரு பகுதியாக இருந்தது.

அதற்கு இரண்டாண்டுகள் கழித்து ஒரு சிறுகதை எழுதத் தொடங்கி அதை பாதியிலேயே நிறுத்தி விட்டேன். அதற்குப் பிறகு பத்து ஆண்டுகளுக்கு மேல் ஒரு வார்த்தைகூட எழுதவில்லை. இந்தத் தொகுப்பிலுள்ள "காட்டாமணக்கு" தான் நான் எழுதிய முதல் கதை. "ஆட்டம்" நான் எழுதத் தொடங்கி பாதியில் விட்ட, பல ஆண்டுகளுக்குப் பிறகு நிறைவு செய்த கதை.

எழுதுவது என்ற பழக்கத்தை மீட்டெடுக்க, சமூக ஊடகங்கள் காரணமாக இருந்தன. ஏதாவது ஒரு நிகழ்வைப் பற்றி, படிக்கும் புத்தகம் பற்றி, பார்க்கும் திரைப்படம் பற்றி, முகநூலில் எழுதுவதும், அதற்கு நெருக்கமான நண்பர்களிடம் இருந்து வரும் எதிர்வினைகளும், எழுதுவதின் மீதான காதலை வெளிக்கொணர்ந்தன.

அப்படித்தான் முதல் கதையை எழுதியதும் நண்பர்களுக்கு அனுப்பி படிக்கச் சொன்னேன். அதற்குப் பிறகு நான் எழுதியிருக்கும் கதைகளுக்குப் பின்னால் முதல் கதை குறித்த அவர்களின்

அன்பிருக்கிறது. எனது நண்பர்களுக்கு கதையை அனுப்புவது என்பது எனக்கே நான் அனுப்பிக்கொள்வது போல. அதன் கிளர்ச்சி மிகவும் அந்தரங்கமானது. நீண்ட நேரம் நானும் எனது நண்பர்களும் அது குறித்து பேசிக் கொள்வோம். கதைகள் என்பவை எங்களுக்கு வெறும் இலக்கிய ஆக்கங்கள் மட்டுமல்ல. அவை வாழ்வின் மீதான விழைதல்.

நான் அவ்வளவு தீவிரமாகத் தான் கதைகளை, கவிதைகளை நேசிக்கிறேன்; எல்லா துயரங்களுக்குப் பின்னாலும் இந்த வாழ்வை நேசிப்பது போல. எல்லா மகத்தான விஷயங்களைப் போலவும் அவற்றிற்குப் பின்னால் இருக்கும் இருண்ட பக்கங்களின் மீதும் கொள்ளும் அன்பென்பது, இலக்கியத்தின் வழி நான் வந்தடைந்திருக்கும் மனநிலை. இந்தத் தொகுப்பில் உள்ள கதைகளில் அதன் சுவடுகளை நீங்கள் கண்டடைய முடிந்தால் இக்கதைகள் தனக்கான இடத்தை அடைந்துவிட்டதாக நான் ஆசுவாசமடைவேன்.

நிறைய புத்தகங்களையும், படைப்பாளிகளையும் எனக்கு அறிமுகப்படுத்தியவன் கனகசபை. எப்போதும் இலக்கியம் குறித்த தீராத உரையாடல்களை என்னுடன் நிகழ்த்திக்கொண்டிருக்கும் ஜி.பி.இளங்கோவனும், ஜி.சரவணனும் இந்த கதைகளுக்குப் பின்னால் அரூபமாக இருக்கிறார்கள். சமீப காலங்களில் கவிதா சொர்ணவல்லியும்.

கோணங்கி, எஸ்ராமகிருஷ்ணன், யூமா வாசுகி, விக்ரமாதித்யன் என எனது சிறு வயது முதல் சந்தித்து உரையாடிய படைப்பாளிகள், நான் படித்த புத்தகங்களுக்கு நிகராக என்னை பாதித்தவர்கள். அந்த வகையில் அ. மார்க்ஸும், சாருநிவேதிதாவும் எனது மதிப்பிற்குரிய ஆசான்கள். என் மீதான அவர்களது அன்பென்பது கட்டற்றது.

சேதுராமன், தேவரசிகன், S.S முருகன், தர்மசேனன், டெய்லர் ரவி என பிரியத்திற்குரிய நிறைய நண்பர்கள். அதெல்லாம் பேறு. எனது முதல் கதையை பிரசுரித்த “அந்திமழை” மற்றும் “கணையாழி” இதழ்களுக்கும், இந்தக் கதைகளைத் தொகுப்பாக வெளியிடும் எதிர் வெளியீடுக்கும் நன்றி தெரிவிப்பதில் மகிழ்ச்சி.

ஜி. கார்ல் மார்க்ஸ்,

557, கீழப்பிள்ளையாம்பேட்டை,
உமாமகேஸ்வரபுரம் அஞ்சல்
கும்பகோணம் — 612 103
(gkarlmax@gmail.com)

முகப்புரை

லௌகீக வாழ்வில் எனக்கு மூட நம்பிக்கைகள் கிடையாது; ஆனால் இலக்கிய வாழ்வில் உண்டு. அதில் முக்கியமான ஒன்று, கீழ்வரும் பட்டியலில் அடங்குபவர்கள் யாராலும் நல்ல, காத்திரமான இலக்கியம் படைக்க முடியாது. யார் அவர்கள் என்று பார்ப்போம்.

காலை பத்து மணி வரை உறங்குபவர்கள்.

தெளிவான, குழப்பமில்லாத அரசியல் கட்டுரை எழுதுபவர்கள்.

இடதுசாரிகள்.

பொலிடிக்கல் கரெக்ட்னஸ் கொண்டவர்கள்.

முகநூல் மூலம் பிரபலம் ஆகும் இளைஞர்கள்.

வெளிநாட்டில் வசிப்பவர்கள்.

வசீகரமாகவும் சினிமா நடிகரைப் போன்ற தோற்றமும் கொண்டவர்கள்.

ஜி.கார்ல் மார்க்ஸ் மேலே உள்ள அத்தனை தகுதிகளையும் ஒருங்கே பெற்றவர் என்பதால் நிச்சயமாக அவரால் நல்ல கதை எழுத முடியாது என்ற தீவிர நம்பிக்கையுடனே அவருடைய இந்தத் தொகுப்புக்குள் நுழைந்தேன். என்ன ஒரு ஏமாற்றம். ஒவ்வொரு கதையாகப் படிக்கப் படிக்க என்னுடைய மூடநம்பிக்கை யெல்லாம் தவிடு பொடியாகி விட்டது. ஒரு கட்டத்தில்

ஜி. கார்ல் மார்க்ஸ் என்ற பெயரை எடுத்துவிட்டு இத்தொகுப்பில் தி. ஜானகிராமன் என்று போட்டால்கூட நம்பி விடலாம் போல் தோன்றியது. ஒன்றிரண்டு கதைகளில்தான் இரண்டாயிரத்துக்கு அப்புறமான வாழ்வியல் சாதனங்களின் (உ—ம். ஆணுறை) அறிமுகம் நடக்கிறது. இப்படிச் சொல்வதால் கார்ல் மார்க்ஸின் இந்தச் சிறுகதைகள் சர்வதேசத் தரம் வாய்ந்ததாக உள்ளன என்று பொருள்.

அது என்ன சர்வதேசத் தரம்? கிரிக்கெட்டிலிருந்து நாம் அன்றாடம் பயன்படுத்தும் அலைபேசி வரை எல்லா விஷயங் களிலும் சர்வதேசத் தரத்தைப் பேணுகிறோம். அதேதான் இலக்கியத்திலும். ஒரு சிறுகதை என்றால் அது மாப்பஸானையும் செகாவையும் பால்ஸாக்கையும் நினைவுபடுத்துகிறது என்றால் அது சர்வதேசத் தரம் வாய்ந்தது என்று தீர்மானமாகச் சொல்லி விடலாம். இத்தொகுதியில் உள்ள பல கதைகள் எனக்கு அந்த மேதைகளின் கதைகளை ஞாபகப்படுத்தின.

இந்த இடத்தில் நான் ஒரு விஷயத்தைத் தெளிவுபடுத்தியாக வேண்டும். சில மாதங்களுக்கு முன்பு— சார்வாகன் காலமாவதற்குச் சில தினங்கள் முன்பு அவருடைய கதைகள் — உதாரணமாக, மகாபண்டிதர், முடிவற்ற பாதை — செகாவின் கதைகளுக்கு ஈடானவை என்று எழுதியிருந்தேன். பின்னர் அவரைச் சந்தித்தபோது, “இப்படியெல்லாம் புகழக்கூடாது. புகழ்ந்தால் ‘சாரு என்றால் இப்படித்தான்; ஒருவரைப் பிடித்தால் வானளாவப் புகழ்வார். இல்லாவிட்டால் தூக்கிப்போட்டு மிதிப்பார்’ என்று சொல்லி விடுவார்கள். உங்களுடைய *credibility* போய்விடும்” என்றார். அடுத்த சில தினங்கள் சென்று அசோகமித்திரனைச் சந்தித்த போதும் இதே வார்த்தைகளைச் சொன்னார். நான் அவர்களிடம் எந்த பதிலும் சொல்ல வில்லை. ஆனால் பிறகு யோசித்துப் பார்த்தபோது பல உண்மைகள் புலப்பட்டன. முதல் விஷயம், நாம் யாரையுமே மனம் திறந்து பாராட்டுவதில்லை. அதனால்தான் பாராட்டு என்பதே நம்புவதற்கு அரிதான, சந்தேகத்திற்குரிய விஷயமாக மாறிவிட்டது. காரணம், அரசியலும் சினிமாவும். அங்கே பாராட்டு என்றால் வழிபாடு.

தமிழ்நாட்டின் காற்றிலேயே இந்த ஆபாசமான வழிபாடு கலந்துபோய்விட்டது. ஒரு கட்அவுட் தன் தலைவரை ‘கரிகால் சோழனே’, ‘முத்தமிழ் வேந்தனே’ என்று வழிபட்டால் உடனே

இன்னொரு கட்அவுட் தன் தலைவியை 'திவ்யப் பிரபந்தமே' என்று துதிக்கிறது. இந்தத் துதிபாடல்களைத்தான் நாம் தினந் தோறும் கடந்து போகிறோம். இப்படிப்பட்ட சூழல்தான் நம்முடைய நிஜமான பாராட்டின் வண்ணத்தை மாற்றி முகஸ்துதியாக சந்தேகம் கொள்ள வைக்கிறது.

என்னுடைய நாற்பதாண்டு இலக்கிய வாழ்வில் நான் யாரையும் காரண காரியமின்றிப் போற்றியோ பின்னர் தூற்றியோ எழுதியதில்லை. நகுலன், எம்.வி. வெங்கட்ராம், கரிச்சான் குஞ்சு, கு.ப.ரா., லா.ச.ரா, அசோகமித்திரன் என்று யாரை எடுத்துக்கொண்டாலும் என் கருத்து ஒரேவிதமாகத்தான் இருந்திருக்கிறது. புதுமைப்பித்தன் விஷயத்தில் மட்டும் என் கருத்தை மாற்றிக்கொண்டேன். அதுவும் நன்மையாகவே முடிந்தது. அவர் எழுத்தில் ஜாதியம் தூக்கலாக இருந்ததால் அவரை என்னால் ஏற்க முடியவில்லை. அதனால் விமர்சித்தேன். ஆனால் அப்படிப் பார்த்தால் திருக்குறளிலேயே பெண்ணடிமைத் தனமும் ஆணாதிக்கமும் வலியுறுத்தப்பட்டிருக்கிறதே? அதற் காகத் திருக்குறளைப் புறக்கணிக்க முடியுமா? இந்தத் தெளிவு வர எனக்கு இத்தனைக் காலம் ஆயிற்று. ஆனால் என் வாசிப்பின் நம்பகத்தன்மையை கடவுளே வந்தாலும் குறை சொல்ல முடியாது. நான் ஒரு எழுத்தாளன் என்பதைவிடவும் அடிப்படையில் ஒரு வாசகன். அந்த வாசிப்பின் பலத்தில் சொல்கிறேன், இந்தத் தொகுப்பில் உள்ள பல கதைகள் சர்வதேசத் தரம் வாய்ந்தவையாக உள்ளன.

தமிழின் ஆகச்சிறந்த சிறுகதையாளர்கள் எனப் பட்டிய லிட்டால் அதில் சார்வாகன், தி.ஜ.ரங்கநாதன், கு.ப.ரா., புதுமைப்பித்தன், மௌனி, தி. ஜானகிராமன், ஆதவன், தஞ்சை ப்ரகாஷ், அசோகமித்திரன் என்று பலர் வருகின்றனர். உலகில் எந்த மொழியிலும் இவ்வளவு பெரிய எண்ணிக்கையில் ஆகச் சிறந்த சிறுகதைகளை சிருஷ்டித்ததில்லை. என்னைப் பெரும் ஆச்சரியத்தில் ஆழ்த்தும் விஷயம் என்னவென்றால், கார்ல் மார்க்ஸ் தன்னுடைய முதல் தொகுதியிலேயே மேலே குறிப்பிட்ட மேதைகளின் அருகில் போய் அமர்ந்து கொண்டிருக்கிறார். எனக்கே இது நம்ப முடியாததாகத்தான் இருக்கிறது. ஆனாலும் இந்தப் படைப்பாளிகள் அனைவருமே தங்கள் இளமைக் காலத்தில்தானே — அதாவது, கார்ல் மார்க்ஸின் பிராயத்திலேயே — பல சாதனைச் சிறுகதைகளை சிருஷ்டித்தவர்கள்தானே?

என்னுடைய பள்ளியிலிருந்து பல எழுத்தாளர்கள், கட்டுரையாளர்கள் உருவாகி வந்துள்ளனர். இத்தனை எழுத்தாளர்களை நம் எழுத்து உருவாக்கியிருக்கிறதா என்ற பிரமிப்பு எனக்கு எப்போதும் உண்டு. இந்த வரிசையில் வந்த யாரையுமே என்னுடைய அர்த்தத்தில் ஒரு முழுமையான எழுத்தாளர் என்று என்னால் சொல்ல முடிந்ததில்லை. இப்போதுதான் கார்ல் மார்க்ஸை மிகுந்த திருப்தியுடன் அப்படி அழைக்க முடிகிறது. கார்ல் மார்க்ஸை வாசிக்கும்போது தி.ஜா.வையும் சாருநிவேதிதாவையும் கலந்து அடிக்கும் காக்டெய்லைப் போல் இருக்கிறது. திடீரென்று எனக்கு வூடி ஆலனின் 'மிட் நைட் இன் பாரிஸ்' என்ற படமும் ஞாபகம் வந்தது. அந்தப் படத்தில் பிகாஸோ, சல்வதோர்தாலி, ஹெமிங்வே போன்ற பல எழுத்தாளர்களும் கலைஞர்களும் கற்பனைப் பாத்திரங்களாக இடம் பெறுகின்றனர். கார்ல் மார்க்ஸின் தொகுதியில் பல கதைகள் எனக்கு இப்படிப் பல சர்வதேச இலக்கிய மேதைகளையும், கலைஞர்களையும் நினைவூட்டிக் கொண்டிருந்தன. உதாரணமாக, கடைசி கதையான 'கட்டுத்தரை' ஒரு அகிராகுரஸவாவின் படத்தைப் போல் என் பிரக்ஞையில் சென்று தங்கியது. 'காட்டாமணக்கு', 'அப்போது அது வேறாக இருந்தது', 'உப்புச்சுவை' போன்ற கதைகள் உலகின் மகத்தான சிறுகதைகளில் சேர்க்கத்தகுந்தவை. இந்த நான்கு கதைகளில் நாம் காணும் கிராமங்களும் அதன் வன்மமும் கண்ணீரும் வெம்மையும் தனிமையும் காமமும் மெக்ஸிகன் எழுத்தாளர் ஹுவான்ருல் ஃபோவின் *(Juan Rulfo)* மற்றும் கார்ஸியா மார்க்கேஸின் கிராமங்களுக்கு நிகரானவை. 'மகிழம்பூ', 'ட்ராகன் டாட்டூ' போன்ற கதைகள் ஹாருகி முராகாமியின் உலகைச் சார்ந்தவை.

கார்ல் மார்க்ஸ் தன்னுடைய முதல் சிறுகதைத் தொகுதியிலேயே தமிழ் இலக்கிய உலகில் மிக வலுவான தடத்தைப் பதித்திருக்கிறார் என்று சொன்னால் அது சம்பிரதாய வார்த்தைகளாகப் போய்விடும்.

கார்ல் மார்க்ஸ் என்ற ஒரு மகத்தான கலைஞன் தமிழில் தன் பயணத்தைத் துவக்கியிருக்கிறான். அவனை வாழ்த்துகிறேன்.

கோடை எட்டிப்பார்க்கும்
ஒரு ஃபெப்ருவரி மாத மதியம்...

சாருநிவேதிதா
மைலாப்பூர்

ஆட்டம்

மார்கழிக் குளிரின் நல்ல உறக்கத்தில் இருந்தவர்களுக்கு மெலிதாகக் கேட்கத் தொடங்கிய தப்பு சத்தம் தூக்கம் கலையக் கலைய தீவிரமாய் காதில் ஒலித்தது. எப்போதும் திண்ணையிலேயே படுத்திருக்கும் பெருசுகள் கூட, ஐப்பசி, மார்கழி மாதங்களில் வீட்டின் உள்ளே சென்று படுத்துக் கொள்வதால் தெருவில் அந்த அதிகாலை நேரத்தில் வழக்கமாக இருக்கும் குறைந்த அரவம் கூட இல்லாமல் இருந்தது.

அதிகாலையில் கோலம் போடுவதற்காக எழுந்த வயசுப்பெண்களும்,அவர்களுக்கு பூசணிப் பூவும் எருக்கம் புல்லும் பறித்துத் தர துணைக்கு எழுந்த சிறுவர்களும் மட்டுமே கவனித்தார்கள், பாதி முடிந்திருந்த கோலங்களின் மீது ஊர்ந்து வந்த ஆம்புலன்ஸ் வாகனத்தை. விஷயம் புரிந்து விட்டது. ஆம்புலன்ஸில் வந்திருப்பது அவரல்ல. அவரது உடல்.

ஒரு சில நிமிடங்களில் உடலை இறக்கி வைத்த வாகனம் உடன் அதே வழியாக திரும்பிச் சென்றது. பாதி முடிந்திருந்த கோலங்களை எப்படியோ கோடிழுத்து அவசரமாகப் பூர்த்தி செய்துவிட்டு பெண்கள் உள்ளே போயிருந்தார்கள். முடிந்த கோலங்கள் சிலவற்றின் மீதிருந்த சாணிப்

பிள்ளையாரையும், பூசணிப் பூவையும் ஆம்புலன்ஸின் சக்கரம் சிதைத்திருந்தது.

நன்றாகத் தானே இருந்தார். போன வாரம் காய்ச்சல் என்று ஆஸ்பத்திரிக்குப் போனார். ஊசி போட்டுக்கொண்டு மருந்து மாத்திரை வாங்கிக்கொண்டு வந்தவர் இரண்டு நாள் கழித்தும் காய்ச்சல் நிற்காததால் மீண்டும் போனபோது, பெட்டில் சேர்க்கச் சொல்லியிருந்தார்கள். இதோ நான்கு நாட்கள் ஆகிறது இன்றோடு. ஆம்புலன்ஸ் வந்து இறக்கி வைத்துவிட்டுப் போகிறது.

அதற்கடுத்த அரைமணி நேரத்திற்குள், தப்படிப்பவர்கள் வந்திருந்தார்கள். சூரியன் மெல்ல எழுந்தது. சூரியக் கதிர்களைப் போல் எழவு செய்தி ஊர் முழுக்க ஊடுருவியிருந்தது,

இன்னும் கொஞ்ச நேரம் போர்வைக்குள்ளேயே இருக்கலாம் என்று நினைத்தவர்கள் கூட, செத்தவர் குறித்த அதிர்ச்சியில் மெல்ல வெளியே வந்தார்கள். ‘அதிர்ச்சி’ செத்தவர் மீது என்று சொல்வதை விட அவரது மனைவி மீது என்றுதான் சொல்ல வேண்டும்.

ஐம்பதைக் கடந்த அவர், போன வருடம் தான் இரண்டாவது திருமணம் செய்துகொண்டார். இருபத்தைந்து வயது இருக்குமா அவளுக்கு? இந்த ஆறு மாத கர்ப்பத்தால், உடம்பு கொஞ்சம் பூசி வயதைக் கூட்டிக் காட்டுகிறது. அதை விட ஓரிரண்டு வயது குறைவாகத்தான் இருக்கும் அவளுக்கு.

பக்கத்து வீட்டில் உள்ளவர்களுக்குக் கூட அவளது அழுகுரல் இதுவரை கேட்கவில்லை. அந்தப் பெண் ‘இவ்வளவு கனத்தைத் தாங்குவாளா’ என்று கிழவிகள் பரிதவித்தார்கள். ஆண்கள் வெளிப்படையாக துயரத்தைக் காட்டிக்கொள்ளாமல் தாங்கள் ஆண்கள் என காட்டிக்கொள்ள முயன்றார்கள்.

இளவயது பெண்களுக்கும் வருத்தமாகத்தான் இருந்தது. ஆனால் இவரைத் திருமணம் செய்து கொள்ள ஏன் அவள் சம்மதித்தாள் என்பது புரியாமல் அவர்கள் குழம்பியிருந்தார்கள். அதை அவளிடம் எத்தனையோ முறை கேட்கவும் முயன்றிருக்கிறார்கள். அவள் பதில் சொன்னால்தானே.

இவ்வளவு அழகான பெண்ணொருத்தி, இவ்வளவு வயதானவரை எப்படி கல்யாணம் பண்ணிக்கொள்ள சம்மதித்தாள்

என்ற ஆதங்கம் இருந்தது தெருப் பெண்களுக்கு. அவளது குடும்பத்தைப் பற்றியும் கூட சரியான தகவல் தெரியவில்லை யாருக்கும். அவளது உறவினர்கள் என்று யாரும் வந்ததையும் அவர்கள் பார்த்திருக்கவில்லை.

அவரிடமும் யாரும் கேட்டிருக்க முடியாது. தனக்கு சரியென்று தோன்றியதை செய்யக்கூடியவரல்லவா அவர். மனைவி இறந்து போய் பத்து வருடங்களாகியும், இருந்த ஒரே பெண்ணையும் கட்டிக்கொடுத்து மூன்று வருடங்கள் ஆகியும், அவர் தனியாகத் தானே இருந்தார். ஒரு சொல் உண்டா அவரைப் பற்றி.

“என்ன மாமா, ராத்திரிக்கு நம்ம வீட்ல சாப்புட்றது” என்று கிண்டலடிக்கும் உறவுமுறைப் பெண்களிடம் கூட பதில் பேசாமல் சிரித்துக்கொண்டே கடந்து போவார். அன்பொழுகும் வெள்ளந்தியான சிரிப்பு அது.

யாரும் எதிர்பார்க்கவில்லை, இப்படி ஒரு கல்யாணத்தை அவர் செய்து கொண்டுவருவார் என்று.

மருமகன் எகிறிய போதுதான் கொஞ்சம் விசனப்பட்டார். மகள்தான் அவ்வளவு வாஞ்சையாக அப்பனைப் பார்த்தாள். அவளுக்குப் புரிந்தது. அப்பனுக்கு முத்தம் கொடுப்பதெல்லாம் கிராமத்தில் பழக்கமா என்ன. அப்பனைக் கட்டிக்கொண்டு, “நீ பண்ணினது ஒண்ணும் பெரிய தப்பு இல்லப்பா, நீ தலையைக் குனிஞ்சிகிட்டு இவங்களுக்கெல்லாம் எதுக்கு பதில் சொல்ற” என்று மாறிமாறி அவரது கன்னத்தில் முத்தமிட்டாள்.

அதற்குப் பிறகு அவளது புருசனுக்கே பேசுவதற்கு ஒன்றுமில்லை. பிறகு ஊருக்கு மட்டும் பேசுவதற்கு என்ன இருக்கும்.

ஆட்கள் வர வர அக்கம்பக்கத்து வீட்டிலிருந்து பெஞ்சும், நாற்காலிகளும் கொண்டு வந்து போடத் தொடங்கினார்கள். வயசு ஆட்கள் வீடுகளிலிருந்து காய்ந்த மூங்கில்களை பந்தல் போடுவதற்காக வாசலில் கொண்டுவந்து போட்டார்கள். கிழித்த தென்னம்பாளையில் தண்ணீர் தெளித்து கீற்று வேய்வதற்குத் தயார் செய்தார்கள். தட்டு வண்டியில் கீற்று வந்து சேர்ந்தது. கொஞ்சம் கொஞ்சமாகத் தப்பு சத்தத்தையும் தாண்டி அழுகைச் சத்தம் கேட்கத் தொடங்கியது.

உடன்பங்காளிகள் சொந்தங்களுக்குத் தகவல் சொல்ல

ஆள் அனுப்பினர். பக்கத்து வீட்டிலிருந்து காப்பி போட்டுக் கொண்டுவந்து குழந்தைகளுக்கும் பெண்களுக்கும், பெஞ்சில் உட்கார்ந்திருந்த முதியவர்களுக்கும் கொடுத்தார்கள். மணி பத்தைத் தொடும்போது, அது முழு எழவு வீடாக ஆனது. சூரிய வெளிச்சம் கண்ணைக் கூசும் வெண்மையோடு படர்ந்தது. கர்ப்பிணியின் விசும்பல் கமறிக்கமறி மெலிதாகக் கேட்டது.

பூ, பன்னீர், வாசனைத் திரவியம், காகிதப் பூக்கள் வாங்குவதற்காக இரண்டு பேர் மோட்டார் சைக்கிளில் டவுனுக்குப் போனார்கள்.

அடிவயிற்றுக் கதறலோடு மகளும் வந்து சேர்ந்தபோது பந்தல் நிறைந்தது. பேன்ட் வாத்தியக்குழு ஒன்றும், உறுமி மேளத்தோடு குறவன் குறத்தி செட் ஒன்றும் வந்து சேர்ந்தது.

‘வயித்துப் புள்ளையோட பொண்டாட்டியை விட்டுட்டு போயிருக்காரு, இது என்ன கொண்டாட்ட சாவா, உறுமி மேளமும் கொறவன் கொறத்தி டான்ஸும் கொண்டாந்திருக்கானுங்க’ என்று கொஞ்ச பேர் கிசுகிசுக்கத் தொடங்கினார்கள்.

“எங்க சித்தப்பன் சாவு சந்தோசமான சாவுதான். எல்லாம் ஆண்டு அனுபவிச்சிட்டுத்தான் போயிருக்காரு, நீங்க போயி சீக்கிரம் ரெடியாவுங்க, ஆட்டம் அதிரணும் ஆமா”, என்று குறவன் குறத்தியைச் சொல்வது போல் பொதுவாகச் சொன்னான் அவரது அண்ணன் மகன். எழுந்த வேகத்தில் அடங்கிப்போனது கிசுகிசுப்பு.

‘சித்தப்பா கடைசி காலத்துல கல்யாணம் பண்ணினதுக்கு, இவன் கணக்குத் தீர்க்குறான் போல’ என்று முனகினார் ஒரு பெருசு. அவரும் மெல்ல நகர்ந்து கொல்லைப்புறம் பக்கமாகப் போனார். சரக்கு வந்து சேர்ந்திருந்தது.

“பெரியதம்பி வீட்டுத் திண்ணை கொஞ்சம் பெருசா இருக்கும். ஒரு தட்டி மறைவும் கூட இருக்கும்; அங்க போய் ரெடியாய்க்கங்க... போங்க...” என்றார் திண்ணை வீட்டுப் பெரியப்பா குறவன் குறத்தி செட்டிடம்.

கண்ணை உறுத்தும் ரோஸ் பவுடர், மைத்தீற்றல், கொண்டையைச் சுற்றி பஞ்சாலான வட்டி, கண்ணாடிகள் மின்னும் உடை என குறத்திகள் ஆடத் தயாராகியிருந்தார்கள். கறுத்து

மெலிந்து காய்ப்பேறிய உடலோடும், சுரந்த கண்களோடும் சலங்கையை வலிந்து ஆட்டிக்கொண்டு குறவனும் ஆடத் தயாரானான்.

வீட்டின் பின்புறம் குடி தொடங்கியிருந்தது. பெரியவர் சிறியவர் என்ற பேதமில்லாமல், பந்தலில் இருந்தவர்கள் கொல்லைப்பக்கம் போய்விட்டு வந்து பெஞ்சில் மீண்டும் அமர்ந்தார்கள். திண்ணைவீட்டுப் பெரியப்பா முகத்தை விசித்திர மாக கோணிக்கொண்டார். வெள்ளை மீசை கன்னம் வரை போய்விட்டு வந்தது. போதையில் கண்களும் நெளிந்தன.

“லே, அந்த கொறவனைக் கூப்பிடுங்கடா, அவனுக்கும் அப்பப்ப ஊத்திக் குடுங்க, அப்பதான் ஆட்டம் நல்லாருக்கும்.”

“கொறத்திவோ ரெண்டு பேர்ல ஒருத்தி ரொம்ப சுமாரா இருக்காளேடா” என்றார் மாடி வீட்டு பெருசு.

“ஆமா மாமா எப்பவுமே இப்டித்தான். ஒருத்திய கிழவியா கொண்டு வந்துடுவானுவோ.”

“வயித்தையும் ஆளையும் பாரு, நடக்கும்போதே முக்குறா... எங்க ஆடப் போறா அவ.”

“இன்னொருத்தி பரவால்ல, சின்ன வயசாத்தான் தெரியுது, ஆனா முகம்தான் கொஞ்சம் சோர்வா இருக்கு. கொஞ்சம் சரக்கு போட்டா அவளும் சரியாய்டுவான்னு நினைக்கிறேன்” என்று சிரித்தார்கள்.

“நம்ம சின்னவருக்கு வேற சொந்தம் நிறைய. வாக்கியரிசி கூடை நிறைய வரும். தெருமுனைல போயி ஆடி ஆடி எல்லாரையும் கூட்டிட்டு வரணும்ல, கழண்டு போய்டும் இன்னக்கி அவளுவோளுக்கு.”

குறவனைக் கூப்பிடப் போனவன், முதிய குறத்தியையும் கூட்டி வந்தான். தண்ணி கலக்கப் போனவனிடம், “அய்ய... தண்ணி கலந்து குடிச்சா எப்புடி ஆடுறது, அப்புடியே ஊத்துங்க” என்றார்கள் இருவரும். அவன் குத்த வைத்து உட்கார்ந்து கொண்டான். அவள் நின்று கொண்டே கிளாஸை வாங்கினாள். குடித்துவிட்டு புறங்கையால் வாயைத் துடைத்துக்கொண்டாள்.

போதுமா என்று கேட்ட ஊற்றிக்கொடுத்தவனின் கைலிக்குள்

கையை விடுவது போல் பாவனை செய்தாள் அவள். அவன் கூச்சத்தில் நெளிய, கொல்லென்ற சிரிப்பு நிறைந்தது.

'ஏன், அது குடிக்காதா?' என்று மற்றவளைக் காண்பித்து கேட்டான் ஒருவன். 'இல்லை, இல்லை அதுக்கு இந்தப் பழக்கம் இல்லை' என அவசரமாக மறுத்தாள் முதிர்ந்தவள். ஆட்டம் தொடங்கியது. இருவரும் சேர்ந்து பந்தலில் ஆடினார்கள். குறவனும் இணைந்துகொண்டான்.

உறுமியின் அதிர்வில், இறுக்கம் குறைந்து பெண்களும் கூட வேடிக்கை பார்க்கத் தொடங்கியிருந்தார்கள். குரலே வெளியில் வராமல் கணவனின் தலைமாட்டில் அமர்ந்து விசும்பிக் கொண்டிருப்பவளை இங்கிருந்துப் பார்க்கும் போது தெரிந்தது. அவளாலும் ஆடுபவர்களைப் பார்க்க முடிந்தது. ஆளோடியை ஒட்டிய கூடத்தின் வாசலில் தானே அவரைக் கிடத்தியிருந்தார்கள்.

பந்தலில்தான் தொடர்ந்து ஆடவேண்டும். முதிர்ந்தவள் வாக்கியரிசிக் கூடை வருவதோடு ஆடி வரப் போய்விட்டாள். நீண்ட நாட்களாக ஆடுபவளில்லையா, ஆடுவது போன்ற பாவனையில், எல்லோருடைய கிண்டலையும் சமாளித்துக் கொண்டு மெலிதான போதையோடு அந்த சூழலில் தன்னை சாதாரணமாகப் பொருத்திக்கொண்டாள்.

இளையவள் பந்தலில் ஆடிக்கொண்டிருந்தாள். நன்றாக உற்சாகமாக ஆடக்கூடியவள்தான். சமீபத்தில்தான் குழந்தை பெற்றிருந்தாள். வேகமாக ஆட கொஞ்சம் சிரமமாக இருந்தது. தொடையும் கணுக்கால்களும் இறுகிப்போயிருந்தன. வயிறு மட்டும் இன்னும் குழைவு குன்றாமல் இருந்தது. கொஞ்சம் அதிகமாகத் துடிக்கும்போது சுருக்கென்று வலித்தது

ஜாக்கெட்டில் போட்டிருந்த மயில் கண் டிசைனும், சுற்றி இருந்த பூக்களும், இரு வேறு வண்ணங்களில் தைக்கப்பட்டிருந்த கை பார்டரும், அவளது முலை சிறியதா பெரியதா என்ற குழப்பத்தை பார்ப்பவர்களுக்கு உண்டு பண்ணியிருந்தது.

ஆண்கள் அத்தனை பேரும் லஜ்ஜையற்று அவளைப் பருகிக் கொண்டிருந்தார்கள். கொஞ்சம் கூச்சமாக இருந்தாலும் பெண்களும் ரசிக்கத்தான் செய்தார்கள்.

சிறுவர்கள் உறுமி மேளத்தைச் சுற்றி கிளுகிளுப்போடு அலைந்தார்கள். காலியாக இருந்த பெஞ்சின் மீது ஏறிக் குதித்து விளையாடினார்கள். சிரிப்பு பீறிட்டுக் கொண்டிருந்தது அவர் களுக்கு.

அவர்கள் கொஞ்சம் வேகமாக சிரிக்கும்போது, "டேய் அந்தாண்ட போய் விளையாடுங்கடா போங்கடா" என்று பெருசுகள் அடிக்குரலில் துரத்திக்கொண்டிருந்தார்கள்.

கொஞ்சம் படித்தவர்கள் எழவுப் பந்தலில் விளையாடும் தங்கள் வீட்டுச் சிறுவர்களைப் பார்த்து ரகசியமாக முறைத்தார்கள்.

வெயில் ஏறிக்கொண்டே போனது. ஓரிரண்டு உறவினர்களைத் தவிர எல்லோரும் வந்துவிட்டிருந்தார்கள். பாடை தயாராகிக் கொண்டிருந்தது. வெட்டப்பட்ட பச்சை மூங்கிலைப் பிளந்து பிளாச்சாக்கி, காகிதப்பூவை செருகுவதற்காக அதன் மீது வாழைப்பட்டியை கட்டி முடித்திருந்தார்கள். ஒப்பாரிச் சத்தம் உயர்ந்து எழுவதும் அடங்குவதுமாகவும் இருந்தது.

"அண்ணே கொஞ்சம் மெதுவா அடிங்க, ரொம்ப வேகமா ஆட முடியல" என்று ஆடிக்கொண்டே போய் உறுமி அடித்துக் கொண்டிருந்தவர் காதில் அவள் கிசுகிசுத்தாள்.

"டேய், என்ன வேணுமாம் அவளுக்கு, சரக்கா" என்று கேட்டு விட்டு அது ஒரு பெரிய நகைச்சுவையைப் போல சிரித்தது ஒரு பெருசு.

"இல்லீங்க... கொஞ்சம் தண்ணி வேணும்னு கேக்குது" என்று சொல்லிவிட்டு அடியின் வேகத்தைக் கொஞ்சம் குறைத்தார் உருமியடித்தவர்.

மீண்டும் ஆடிக்கொண்டே நடந்து போய் அவர் தோளைத் தொட்டு திரும்பினாள் அவள்.

ஒரு சிறிய வினாடி அவர்களது கண்கள் சந்தித்துக்கொண்டன. கனிவின் சிறிய ஒளி. உறுமியது உறுமி. கெண்டைக்கால் சதை ஆட, ஆட்டத்தைத் தொடர்ந்தாள் அவள்.

தெருவின் முனையிலிருந்து, வாய்க்கரிசிக் கூடையோடு ஆடிக் கொண்டு வந்த முதியவள் பந்தலை அடைய இந்த முறை கொஞ்சம் நேரம் எடுத்தது. பந்தலில் ஆடிக்கொண்டிருந்தவளுக்கு

சற்று ஒய்வெடுக்க வேண்டும் என்று தோன்றியது. சுவற்றில் சாய்ந்து உட்கார்ந்து கொள்ள வேண்டும் போல் இருந்தது.

'குழந்தையைத் தூக்கி வந்திருக்கலாமோ' என்று நினைத்தாள்.

நேரம் ஆக ஆக நெஞ்சில் அடர்த்தி கூடியது போல் இருந்தது. மொத்த உடம்பிலிருந்தும் மார்பு தனித்திருப்பதுபோல் தோன்றியது. விண்விண்ணென்று வலி உயர்ந்தது.

பால் கட்டிக்கொண்டது என்பதை அவள் புரிந்துகொண்ட போது, காம்பிலிருந்து வலி நீண்டு நெஞ்சின் உள் பகுதியைத் தொட்டது.

அவரைக் குளிப்பாட்டுவதற்கான ஏற்பாடுகள் தொடங்கின. தண்ணீர் தேங்குவதற்காக சிறிய குழியை வெட்டி அதன் மேல் குறுக்குவாட்டாக ஒரு பெஞ்சைக் கொண்டுவந்து போட்டார்கள். நான்கைந்து வேட்டிகளை ஒன்றாக்கி கருவை முள்ளால் கோர்த்து ஒரு மறைவிடமும் தயாரானது.

ஆடிக்கொண்டிருந்தவளுக்கு சற்றே ஒய்வு கிடைத்தது. ஆனால் உட்கார இடம் இல்லை. பந்தல்காலில் சாய்ந்து கொண்டு நின்று பார்த்தாள். வலி குறையவில்லை. பந்தலின் ஓரம் கொண்டு வந்து வைத்திருந்த பானையில் கொஞ்சம் தண்ணீர் மொண்டு அண்ணாந்து குடித்தாள். மூச்சை நன்றாக இழுத்து விட்டுப் பார்த்தாள். வலி குறைந்தபாடில்லை.

வேறு வழியில்லை, பாலைப் பீய்ச்சியாக வேண்டும் என்று தோன்றியது. காலையில் வெறும் டீ மட்டும் தானே குடித்தோம் என்று நினைத்துக்கொண்டாள். முதிர்ந்தவள் பக்கமாக நகர்ந்து தயங்கித் தயங்கி அவளிடம் சொன்னாள்.

"என்னாடி இப்புடிச் சொல்ற, நண்டு ஊருற மாதிரி சுறுக்கு சுறுக்குனு வலி ஊருமேடி, கஷ்டம்தான் சரி வா அப்டி கொல்லைப்பக்கம் போகலாம்" என்று அழைத்தாள்.

இருவரும் அங்கு போனபோது, மறைவாக ஒரு இடமும் இல்லை. குடித்துக் கொண்டிருந்தவர்களால் நிறைந்திருந்தது கொல்லைப்புறம். பக்கத்து வீடுகளின் இருபுறமும் காம்பவுண்ட் சுவர் ரயிலைப் போல் முடிவற்று நீண்டிருந்தது.

மறைவிற்குப் போகவேண்டும் என்றால் கொஞ்ச தூரம்

நடந்து, குடித்துக் கொண்டிருப்பவர்களைக் கடந்துதான் போக வேண்டும். வலி பொறுக்க மாட்டாத இளையவள் 'போகலாம்' என்றாள். கிழவி தயங்கினாள். அனுபவசாலி இல்லையா.

இருவரும் தயங்கித் தயங்கி நின்றுகொண்டிருந்த போது, உள்ளிருந்து அந்த கர்ப்பிணிப் பெண் வெளியே வந்தாள். அழுததில் சிவந்து உப்பியிருந்தது அவளது முகம்.

அவளது தலையை வெளியில் கண்டவுடன் குடித்துக் கொண்டிருந்தவர்கள் கொஞ்சமாக டம்ளர்களை மறைத்துக் கொண்டார்கள். குடிக்காமல் நின்று பேசிக்கொண்டிருந்தவர்கள் பந்தல் பக்கமாக நகர்ந்தார்கள்.

இவளைக் கையைக்காட்டி அருகில் வருமாறு அழைத்தாள். இவள் அங்கிருந்த ஆண்களைத் திரும்பிப் பார்த்துவிட்டு தயங்கி மறுத்தபோது, சிறிய அதட்டலோடு 'இங்கே வா' என்றாள். இவள் அருகில் சென்ற போது காய்ந்த விறகுகள் அடுக்கி வைத்திருக்கும் சிறிய தட்டி மறைப்பு கண்ணில் பட்டது. இவள் அதை நோக்கி நகர முற்பட்ட போது, அவள் நெருங்கி வந்து இவளது கையைப்பற்றி வீட்டின் உள்ளே அழைத்துச் சென்றாள்.

கிழவி சென்று பந்தலில் ஆட்டத்தைத் தொடர்ந்தாள். அதிர்ந்து பரவியது உறுமியின் ஒலி.

பிப்ரவரி – 2015 'அந்திமழை'

வார்த்தைகளின் மீது படரும் பனி

“ஏய், நிஜமாவே இது காதல்னு நம்புறியா நீ? எப்படிடா நான் இவ்ளோ சொல்லியும், அவ மேல உனக்கு இருக்கிறது காதல்னு சொல்ற? என்னால முடியல. நீ மனசு கஷ்டப்படக் கூடா துன்னுதான, நான் முழுக்கவும் சொல்லல. ஆனா உனக்குத் தெரியாதது ஒண்ணும் இல்ல. உனக்கே நல்லாத் தெரியும் நான் எத்தனை தடவை அவ கூட செக்சுவலா என்கேஜ் ஆய்ருக்கேன்னு. இப்ப எனக்கும் அவளுக்கும் அவ்வளவா பழக்கம் இல்லைதான். இல்லன்னு சொல்லல. ஆனா அவளை நீ லவ் பண்ணுறேன்னு சொல்றத என்னால ஜீரணிச்சிக்கவே முடியல...”

பிறகு ஏதோ சொல்ல வந்தவன் அப்படியே நிறுத்திக்கொண்டான். இவனது முகத்தையே கொஞ்ச நேரம் உற்றுப் பார்த்தான். இவன் பேசட்டும் என்று நினைத்தான். இவன் ஒன்றும் பேசவில்லை. தனக்குள்ளேயே ஆழ்ந்து கொள்வது போல் இருந்தது இவனது முகம்.

“என்னடா... எதும் பேசாம இருக்க? சொல்லு, நீ சொல்றத முழுசா கேக்காம நான் கடகடன்னு ஒப்பிச்சிட்டேன். நான் உன்ன மாதிரி அவ்வளவு பொறுமை கிடையாது தான். என்ன பேசனும்னு வந்த? நீ சொல்லுறதை மட்டும் கேட்டுக்கணும்,

நான் என்னோட கருத்துன்னு எதுவும் சொல்லக் கூடாதுன்னு நினைச்சி வந்தியா?"

கடைசி வார்த்தையில் மெல்லிய எரிச்சல் இருந்ததை இரு வரும் உணர்ந்தார்கள்.

"நான்தான் சொன்னேனேடா அவளை லவ் பண்ணு றேன்னு."

"அது எனக்குத் தெளிவா காதுல விழுந்துது. அதனாலதான் இவ்வளவு டென்ஷன் ஆகுறேன் நான். என்னால நம்ப முடிய லடா. நீ மனப்பூர்வமாதான் சொல்றியா இதை?"

"ஆமான்டா, எனக்கு அவளை ரொம்பப் பிடிச்சிருக்கு. எனக்கும் அவளுக்கும் அவ்வளவு காதல் மொமன்ட்ஸ் இருக் குடா. நான் அவளை ரொம்ப நெருக்கமா ஃபீல் பண்றேண்டா."

"எனக்கு ரொம்ப சங்கடமா இருக்குடா, ஒரு மாதிரி இருக்கு. நாம இதை இப்படியே நிறுத்திட்டு வேற எதாவது பேசுவோமா?"

இருவரும் ஆளுக்கொரு சிகரெட்டை பற்றவைத்துக் கொண் டார்கள். புகைக்கும்போது நிலவும் மவுனம், இருவருக்குமிடையில் இருந்த தூரத்தை இன்னும் அதிகப்படுத்தியது. இந்த சிகரெட் முடிந்துவிடக்கூடாது என்று இருவருமே நினைத்தார்கள். ஆனாலும் அதுவொரு நெகிழ்வான தருணமாக இருந்தது.

நெருக்கமான நண்பர்கள் இல்லையா இருவரும். எல்லா வற்றையும் பகிர்ந்து கொள்ளும் சுதந்திரம் இருந்தது. அப்படித்தான் அவனுடைய முதல் கலவியை இவனிடம் வந்து சொன்னான். கல்லூரி முடிந்த முதல் வருடம் அது. இரண்டு பேரும் அப்போது வேலை தேடிக்கொண்டிருந்தார்கள்.

மிகவும் ரகசியமாக மொட்டை மாடியில் வைத்து இருவரும் அது குறித்து பேசிக்கொண்டது இன்னும் தெளிவாக நினைவில் இருக்கிறது. அது பற்றி விளக்குவதற்கான போதிய வார்த்தைகள் இல்லை அவனிடம். செம்ம ஃபீல்டா, செம்ம அனுபவம்டா அது என்றே மீண்டும் மீண்டும் சொன்னான். அந்தப் பதற்றமும், நடுக்கமும், என்னதான் நெருக்கமான நண்பன் என்றாலும் மிகவும் அந்தரங்கமான ஒன்றைப் பகிர்ந்து கொள்வதன் லஜ்ஜை யும் கலந்த அவனது குரல் இப்போதும் இவனுக்கு நினைவில் இருக்கிறது.

இவன் அது குறித்து நுணுக்கமாகக் கேட்கத் தொடங்கினால், அவன் நிறைய வார்த்தைகளை உருவாக்கியிருப்பான்தான். இவன் அவ்வாறு கேட்க வேண்டும் என்று கூட அவன் நினைத்தான். அப்படிச் சொல்வதன் மூலம் தனது குற்ற உணர்ச்சியில் இருந்து வெளியேறிவிட முடியும் என்று நினைத்தான். சொல்லும்போது ஒவ்வொரு வார்த்தைக்குமிடையில் கொஞ்சம் இடைவெளி கூட விட்டான்.

ஆனால் இவன் பதில் எதுவும் சொல்லாமல் கேட்டுக் கொண்டே இருந்தான். மேலெழும் ரகசியக் கிளர்ச்சியை முகத்தில் காட்டாமல் அடக்கிக்கொண்டு இது மிகவும் சாதாரண விஷயம் என்றும், இதற்காகப் பதற்றப்படத் தேவையில்லை என்றும் அவனிடம் காண்பித்துக்கொள்ள முயன்றான். அது அவனை அமைதியாக்கும் என்று நினைத்தான். அனால் அது இன்னும் அவனை தவிப்புக்குள்ளாக்கியது.

“டேய், இன்னைக்கி குடிக்கலாமா?” என்று கேட்டான் அவன். அவ்வாறு கேட்ட அந்தக் கணத்தில் அவன் மீது வாஞ்சை பெருகியது இவனுக்கு. குடியின் மீது ஒன்றும் பெருவிருப்பு இல்லைதான். ஆயினும் அவனது குரலின் இறைஞ்சல் தொனி இவனை நெகிழ்த்தியது. அப்போதுதான் அவனது கைகளைப் பற்றிக்கொண்டு அவனிடம் சொன்னான்.

“ஏய், இந்த மொமண்டை என்ஜாய் பண்ணுடா, கில்ட்டியா வாத, இது ரொம்ப ஸ்பெஷல்.”

அந்த இரவு அதே மொட்டை மாடியில் இருவரும் குடித்த போது, எனக்கு உன்னை எவ்வளவு பிடிக்குது தெரியுமா என்று இவனை முத்தமிட்டான். இருவரும் நீண்ட நேரம் பேசிக்கொண்டிருந்தார்கள். குடிப்பதற்கு ஒரு அர்த்தம் இருந்தது போல் தோன்றியது.

அவள் அந்தத்தெருவுக்குப் புதிதாகக் குடி வந்திருந்தாள். கணவன் ரெவின்யூ அலுவலகத்தில் வேலை பார்த்துக்கொண்டிருந்தான். இரண்டு வயதில் ஒரு பெண் குழந்தை இருந்தது.

இவனும் அவளோடு பெரிதாக பேசிக்கொண்டதெல்லாம் கிடையாது. எங்காவது தெருவுக்கு வெளியில் பார்க்கும்போது, தெரிந்தவர்களைப் பார்க்கும் ஒரு பார்வை இருக்கும் அவள் முகத்தில். குறிப்பாக எந்த உணர்ச்சியும் இல்லாமல், நீ எனக்குத்

தெரிந்தவன் என்கிற ஒரு பார்வை. அவ்வளவுதான்.

நண்பனது சிநேகத்துக்குப் பிறகுதான், இவனை எங்கேயாவது பார்க்கும்போது லேசாகப் புன்னகைப்பாள். மிக இயல்பாக சின்ன முறுவல். ஒருமுறை அவனிடம் சொன்னான், “ஏய் உன் ஆளு என்னப் பார்த்து லைட்டா ஸ்மைல் பண்ணினாடா.”

“ஓ, அப்படியா! போன தடவை மீட் பண்ணினப்ப எங்கிட்ட கேட்டாடா, நம்ம மேட்டர் உன்னோட பிரண்டுக்கு தெரியுமா அப்படின்னு. நான் தெரியும்னு சொன்னேன்.”

“ஐய... ஏண்டா அப்படி சொன்ன? இதெல்லாம் அவனுக்குத் தெரியாது; அதெல்லாம் நான் யார்ட்டையும் சொல்ல மாட்டேன் அப்டின்னு சொல்ல வேண்டியது தான?”

“இல்லடா... அவகிட்ட பொய் சொல்ல வேணான்னு நினைச்சேன். அதுவுமில்லாம அவ ரொம்ப ஷார்ப். உன்ன ஒருநாள் பஸ் ஸ்டாண்ட்ல பாத்தாளாம், நீ அவளை ஒரு செகண்ட்தான் பாத்தியாம், அப்ப அவளுக்குத் தோணுச்சாம், இந்த விஷயம் உனக்குத் தெரிஞ்சிருக்கு அப்படின்னு. அதுவுமில்லாம, உனக்குத் தெரியும்னு அவகிட்ட சொல்றதுல எனக்குத் தயக்கம் ஒண்ணும் இல்ல.”

இவனுக்குக் கொஞ்சம் சங்கடமாக இருந்தது. ஆனாலும் அவள் மேல் ஒரு கவனிப்பு வந்தது. சிறிய கனிவு தோன்றியது. வெற்றிடத்தில் சிறியதொரு ஒளி. மழைத்துளி போல. அந்த உரையாடல் ஒரு ஈரத்தை உணர வைத்திருந்தது அவனுக்கு.

அவனுக்கு வேலை கிடைத்து சென்னை செல்வது வரை, இவனுக்குக் கதைகள் சொல்லிக்கொண்டிருந்தான். சொற்ப காலம்தான். அவனை பஸ் ஏற்றிவிடச் சென்ற அன்று சன்னல் வழியாக அவனிடம் தண்ணீர் பாட்டிலைத் தரும்போது அவனிடம் கேட்டான்,

“ஏய்... நீ மிஸ் பண்ணுவியாடா அவளை?”

“ஹே, யார்ரா இவன், அப்படில்லாம் ஒண்ணும் இல்ல” என்று சொன்னான் அவன். அப்போது இவனுக்குத் தோன்றியது என்ன மாதிரியான உணர்வென்று இப்போதும் புரியவில்லை.

படிப்பு, நேர்காணல், அரட்டை என்று பொழுதைப் போக்கிக்

கொண்டிருந்ததில் அவளது நினைவு மங்கலாகிப் போயிருந்த ஒருநாள் எதேச்சையாக அவளைப் பேருந்து நிறுத்தத்தில் பார்த்தான். வழக்கமான ஆனால் கொஞ்சம் பெரிதான அதே புன்னகை அவளிடமிருந்து.

'எப்படி இருக்காரு உங்க ஃபிரண்ட்' என்ற ஒரு கேள்வியை எதிர்பார்த்து, அதற்கு அவசர அவசரமாக ஒரு பதிலை இவன் மனதுக்குள் சொல்லிப் பார்த்துக்கொண்டபோது, "எப்படி இருக்கீங்க" என்று அவள் கேட்டாள். "எங்க இவ்வளவு காலை லேயே பஸ் ஸ்டாப்ல" என்ற அடுத்த கேள்விக்கு, அவ்வளவு தடுமாறி பதில் சொன்னான்.

மென் நகைப்புகள் வளர்ந்து நெருங்கிப் பேசும் அளவிற்கு வந்தது. அவளது உரையாடலில் அவ்வளவு நளினம் இருந்தது. ஒரு சிறிய சுடுசொல் இல்லை. மிக இயல்பாக, அவ்வளவு தோழமையோடு இவனிடம் பேசத் தொடங்கியிருந்தாள். இவனது நண்பனாக இல்லாமல், "எனக்கு இவளோடு தொடர்பு" என்று வேறு யார் இப்போது சொல்லியிருந்தாலும் நம்பியிருக்க மாட்டான்.

இவனை விட இரண்டு வயது அதிகம். கல்லூரி இறுதியாண்டு படிக்கும்போது கல்யாணம் செய்து வைத்திருக்கிறார்கள். மிகவும் அரிதாகவே அவளிடம் அது பற்றியதொரு வருத்தம் இருப்பதை இவன் உணர்ந்திருக்கிறான். புகாராக இல்லாமல், சிறிய கசப்புடன் ஒருமுறை சொன்னாள், எங்கள் வீட்டில் ஒன்றிரண்டு வருடமாவது என்னை வைத்திருந்து பிறகு கட்டிக் கொடுத்திருக்கலாம் என. இவன் ஏன் என்று கேட்கவில்லை.

அவளைப் புரிந்துகொள்ள முயன்றான். அவளைப் பற்றிய நினைவுகள் புகைவளையத்தைப் போல் இவனைச் சுற்றிப் படர்ந் தன. இந்நினைவுகளின் நீட்சியாக, அவளுடைய ஸ்நேகத்தில் அவளது ஆச்சர்யமான பகுதி ஒன்றைக் கண்டறிந்தான். தன் பிறழ்வு பற்றிய குற்ற உணர்ச்சியின் சாயலே இல்லை அவளி டம். இதை உணர்ந்த கணத்தில் தன்னை மிகவும் தாழ்வாக உணர்ந்தான். அவளது குற்ற உணர்வின் சாயலைத் தேடிப்போன தன் உள்ளுணர்வின் முனைப்பை சபித்தான். அதிலிருந்து விரைவாக வெளியேறிவிட விரும்பினான். அந்த எத்தனிப்பு அவள் மீதான வாஞ்சையைக் கூட்டியது. அவனுக்குள் மெல்ல ஒரு தவிப்பு உருவாகத் தொடங்கியது. தகிப்பின் ஒரு

முனையை இவன் பற்றிவிட்டதாக உணர்ந்தபோது அவளுடன் பேசும் சந்தர்ப்பங்கள் நிறைய வாய்த்தன. அவளது வீட்டின் ஹாலில், வாழை மரங்கள் நிறைந்த தோட்டத்துக் கிணற்றடியில் உட்கார்ந்து என்று நிறைய பேசினார்கள். நிலவு உச்சிக்கு வந்த இரவின் நீண்ட பொழுதுகள் வரை கூட பேசுவதற்கு விசயங்கள் இருந்தன.

ஒருமுறை கூட அவள் இவன் நண்பனுக்கும் அவளுக்குமான தொடர்பு குறித்துப் பேச முயலவில்லை. ஆனால் இவனுக்குத் தான் மனதளவில் அவளோடு நெருங்க நெருங்க நண்பனின் நினைவுகள் வந்து வந்து அமர்ந்து கொண்டே இருந்தன. இது குறித்து அவளிடம் பேசிவிடலாம் என்று நினைத்தான்.

அதைத் தவிர்த்துவிட்டு சகஜமாக பேசவும் முயன்றான். ஆனால் அது நிழலைப்போல் இவனது உரையாடல்களில் தொடர்ந்து வந்துகொண்டே இருந்தது. இது பற்றிப் பேச ஏன் தயங்குகிறோம் என்று நினைத்தான். அவ்வாறு இவன் நினைக்கும் தருணங்களில், இவனது பேச்சு தடைப்பட்டு மவுனத்தில் ஆழ்ந்தான். அப்படி யான தருணங்களில் அவள் எதுவும் கேட்காமல் காத்திருப்பாள். இந்த நினைவென்றில்லை, பொதுவாகவே பேச ஒன்றுமில்லாத சில வெற்றுத் தருணங்களில் அவள் மிகவும் அமைதியாக அமர்ந்திருப்பாள். "ஏன் ஒரு மாதிரி இருக்க" என்றெல்லாம் கேட்க மாட்டாள். சுதந்திர வெளி ஒன்றை எப்போதும் பரத்தியபடியே இருப்பாள். புகாரே இருக்காது அவளிடம். சோர்வூட்டும் ஒரு உரையாடல் கூட நிகழ்ந்ததில்லை அவளுடன் என்று நினைத்த போதுதான் இந்தச் சிறிய உறுத்தலைக் கடந்துவிட வேண்டும் என்றும் நினைத்தான்.

"நான் உன்கிட்ட ஒரு விஷயம் கேப்பேன், நீ கோவிச்சிக்கக் கூடாது, சரியா?"

"எதுக்கு இந்த டிஸ்கி?"

"இல்ல, என்னோட பிரண்ட்டுக்கும் உனக்கும் உள்ள ரிலேஷன்ஷிப் பத்தி நான் உன்கிட்ட பேசணும்னு நினைச்சேன்."

"அதுல பேச என்ன இருக்கு? ஆமா... எனக்கும் அவனுக்கும் ஒரு நெருக்கம் இருந்தது."

"இப்ப கூட அப்பப்ப போன்ல பேசுவான். நான் உன்கூட

பழகறதைப் பத்தி கூட அவன் என்கிட்ட கேட்டான். நான் ஆமான்னு சொன்னேன். சரி, நீ சொல்லு, இதுல எங்கிட்ட நீ என்ன கேக்கனும்னு நெனச்ச?"

இவனுக்குக் கேட்க ஒன்றுமே இல்லை. உரையாடலின் திரி இவன் கண்ணுக்குத் தட்டுப்படவே இல்லை.

"இல்ல... ஒண்ணும் இல்ல. அதுபத்திப் பேச ஒண்ணும் இல்ல. நான் கிளம்புறேன்" என்றான்.

"அப்டியா, ஒண்ணும் இல்லையா?" என்றாள். இப்படிக் கேட்கும் அவளது குரல் இதுவரை கேட்டிராத ஒரு குரலாக இருந்தது.

இவனுக்கு ஒரு கசப்பு உடல் முழுதும் படருவது போல் தோன்றியது. அந்த இடத்தை விட்டு உடனே எழுந்து போக வேண்டும் போல் தோன்றியது. எதிலாவது தன்னை மறைத்துக் கொள்ள வேண்டும் போல் இருந்தது.

இவன் எழுந்துகொள்ள முயன்ற போது அவள் நெருங்கி வந்து இவனது கைகளைப் பற்றினாள். "நீ என்கூட பேச வேணாம். கொஞ்ச நேரம் என்கூட இருந்துட்டு போ. என் மூஞ்ச கூட நீ பார்க்க வேணாம். சும்மா கொஞ்ச நேரம் என்கூட இரு" என்று சொன்னாள். எழுந்தவன் அப்படியே உட்கார்ந்தான்.

உதாரணங்கள் அற்ற பொழுதுகள்தான் சிநேகத்தில் ஆபத்தானவை. இவனுக்கு இப்போது என்ன செய்ய வேண்டும் என்று தெரியவில்லை. அந்தக் கணம் முழுக்க அவளுக்குச் சொந்தமானது போல் இருந்தது. அவள் எல்லாவற்றையும் உறிஞ்சிக்கொண்டது போல் தோன்றியது. அவளாக ஏதாவது பேசட்டும் என்று நினைத்தான். அந்த வெறுமையை வெளியேற்று வது அவ்வளவு சிரமமாக இருந்தது.

"நான் உனக்கொரு முத்தம் கொடுக்கவா" என்று கேட்டாள். அவள் இதைக் கேட்ட கணம், இவனுக்கு உள்ளுக்குள் ஏதோ ஒன்று உடைந்தது. விழியின் ஓரத்தில் கொஞ்சம் கண்ணீர் துளிர்ப்பது போல் தோன்றியது. இமைகளில் கூராக ஒரு வலி தோன்றி கன்னம் நோக்கி நகர்ந்தது.

"நான் உன்ன லவ் பண்ணவா" என்று கேட்டான். அந்தக் குரலிலிருந்தது பரிபூரண காதலின் பூச்சு. அது வார்த்தையின் மீது பனியாகப் படர்ந்து மென்மையாக்கிவிட்டிருந்தது. அவள் எழுந்து

வந்து இவனைக் கொஞ்சமாக அணைத்துக்கொண்டாள்.

மெல்ல அவள் காதில் “ஐ லவ் யூ” என்று சொன்னான். “ம்ம்ம்” என்றாள் அவள். அணைத்தலில் சற்றே இறுக்கம் கூடியது. அவளும் முத்தமிடவில்லை. இவனுக்கும் முத்தம் தேவையாயிருக்கவில்லை. அந்த அணைப்பு ஒரு கடிதம் போல இருந்தது. அது ஒரு செய்தியைக் கொண்டு வந்தது போல் உணர்ந்தான். படித்தவுடன் காற்றில் கலந்து போகும் வார்த்தைகளைக் கொண்டதொரு விசித்திர கடிதம்.

அவளை நீங்கி வீடு வந்த போது, மனம் முழுக்க அவள் அவ்வளவு வியாபித்திருந்தாள். அவள் தொடர்புடைய ஒன்றும் நினைவில் இல்லை, சில நேரங்களில் அவளே கூட. ஆனால் ஒரு நெருக்குதல், சின்ன மூச்சு முட்டல் இருந்துகொண்டே இருந்தது. அது காதல் என்று இவன் நம்பத்தொடங்கிய போதுதான், நண்பனிடம் பேச வேண்டும் என்று நினைத்தான்.

“நீ என்னைப் பார்க்க வந்திருக்கிறது அவளுக்குத் தெரியுமா?” என்றான் அவன்.

“இல்லடா, அவகிட்ட சொல்லல. எனக்கு உன்ன பார்க்கனும்னு தோணுச்சு, நான் கிளம்பி வந்துட்டேன். அவகிட்ட சொல்லிருக்கலாம்தான்.” கடைசி வார்த்தையைச் சொல்லும்போது தனக்குள்ளேயே சொல்வது போல் சொல்லிக் கொண்டான்.

“சரி... வா ரூமுக்குப் போலாம். இங்கயே ரெண்டு மூணு நாள் இரேண்டா. நானும் இந்த வீக் எண்ட் ஊருக்கு வரணும். சேர்ந்து போகலாம்.”

“இல்லடா, நான் ஜஸ்ட் அப்படியே கிளம்பி வந்தேன். உன்கிட்ட பேசிட்டு அப்படியே கிளம்பலாம்னுதான் நினைச்சேன். ஆனா இப்ப உன்கூட இன்னும் கொஞ்ச நேரம் இருக்கணும்னு தோணுது. ரெண்டு மூணு நாளெல்லாம் கஷ்டம். நான் வேணா நைட்டு தங்கிட்டு காலைல கிளம்புறேன் ஓகேவா?”

“சரி, வா.”

இருவரும் அறையை வந்தடைந்த போது நன்றாக இருட்டி

யிருந்தது.

"உன்னோட வேலை என்னடா ஆச்சு?" என்று கேட்டான் அவன்.

"கிடைச்சிடுச்சு, போவனும்."

"எப்படா? நீ என்கிட்ட சொல்லவே இல்ல."

"இல்லடா, இப்பதான் தெரியும். நான் இன்னும் போகலாமா வேணாமான்னு முடிவு பண்ணல."

"ஏன், இந்த லவ் உன்ன போக விடாம தடுக்குதா?" என்று கேட்டான். பிறகு ஏதோ தவறாகச் சொல்லிவிட்டது போல் 'சாரி' என்று சொன்னான். இவனது முகத்தைப் பார்ப்பதைத் தவிர்த்தான்.

அன்றைய இரவு குடித்த போது, "ஏய்... அவ கூட நீ செக்சுவலா எங்கேஜ் ஆனியா" என்று இவனிடம் கேட்டான். இவன் இல்லை என்று சொன்னான். அவன் ஏன் என்று கேட்டுவிட்டு, தலையைக் குனிந்து கொண்டான். பிறகு மீண்டும் சாரி கேட்டான்.

இந்த முறை நிறைய தடவை சாரி... சாரி... என்று சொன்னான். "இதுக்கு ஏண்டா நீ இத்தனை தடவை சாரி கேக்குற, சாதாரணமா விடுடா" என்றான். மவுனம் ஒரு நிழலைப் போல் இருவர் மீதும் பரவியது.

சரி, சாப்பிடலாமா என்று கேட்டுவிட்டு அவன் காலி பாட்டில்களையும், பிளாஸ்டிக் டம்ளர்களையும் ஒரு பாலித்தீன் பையில் போடத் தொடங்கியபோது, இவன் மிகவும் மென்மையாக அவனிடம் கேட்டான்.

"நீ எப்பவாவது அவளை லவ் பண்ணியிருக்கியா?"

"இல்லை."

அந்த வார்த்தையை அவ்வளவு வேகமாக சொன்னான். அவனது குரல் கமறி அடுத்து சொல்ல வந்த வார்த்தை தடுமாறியது. கையிலிருந்த பாலித்தீன் பை நழுவிக் கீழே விழுந்தது.

அதை எடுக்கக் குனிந்தவனிடம், "ஏய்... அதை அப்புறம்

எடுத்துக்கலாம் விடு; வா, வந்து உட்காரு" என்றான் இவன்.

இருவரும் ஆளுக்கொரு சிகரெட்டை எடுத்து புகைக்கத் தொடங்கினார்கள்.

காலையில் இவன் தாமதமாக எழுந்த போது, இரவே சொன்னது போல் அவன் கிளம்பி வேலைக்குப் போயிருந்தான். அவன் போட்டு மூடி வைத்திருந்த காஃபியை சூடு பண்ணிக் குடித்துவிட்டு, அறையைப் பூட்டி சாவியை ஷூஸ்டாண்டில் இருந்த கருப்பு ஷூவின் உள்ளே போட்டுவிட்டுக் கிளம்பினான்.

பேருந்தில் பயணிக்கும்போது பசித்தது. நான்கு மணி நேரப் பயணத்தில் உடல் அவ்வளவு சோர்வாக இருந்தது.

"ஏண்டா அவ்வளவு தூரம் போனா கூட சொல்லிட்டு போக மாட்டியா நீ, வா... குளிச்சிட்டு வந்து சாப்பிடு" என்றாள் அம்மா. அம்மாவின் இந்தக் குரல் இவனுக்குப் புதிதாக இருந்தது. சாப்பிடும்போது தங்கை தண்ணீர் கொண்டுவந்து வைத்தாள். அவள் இவனது முகத்தை உற்றுப் பார்ப்பது போல் இவனுக்குத் தோன்றியது. 'என்னடி...' என்று இவன் கேட்ட போது, 'ஒண்ணும் இல்லை' என்று சொல்லிவிட்டு அடுக்களை பக்கமாக நகர்ந்தாள்.

சாப்பிட்டுவிட்டு அவள் வீட்டிற்குப் போன போது வீடு பூட்டியிருந்தது. நேராக நடந்து பெட்டிக்கடைக்குப் போய் ஒரு சிகரெட் வாங்கிக்கொண்டு கடையின் பின்புறத்தில் வழக்கமாக அமரும் இடத்தில் சென்று அமர்ந்து கொண்டான். அன்றைய மாலைக்குள் நிறைய சிகரெட் குடித்திருந்தான். அவளது வீடு திறக்கவே இல்லை.

மறுநாளும் அதற்கு அடுத்த நாளும் அந்த வீட்டைக் கடந்து போகும்போது, அந்த பூட்டைப் பார்ப்பதற்கு அவ்வளவு வெறுப்பாக இருந்தது. அவள் மீது அவ்வளவு கோபம் வந்தது. அவள் ஏன் சொல்லாமல் போனாள் என்று நினைத்தான். ஏன் சொல்ல வேண்டும் என்று நினைத்தபோது, 'ஆம், அவள் என்னிடம் சொல்லியிருக்க வேண்டும். ஏனெனில் நான் அவளைக் காதலிக்கிறேன்' என்று நினைத்தான். நினைத்தானா இல்லை வாய்விட்டே சொன்னானா என்று இவனுக்குக் குழப்பமாக இருந்தது.

உடல் முழுதும் ஒரு வேதனை படர்ந்து அடங்கியது. தான் மட்டும் அவளிடம் சொல்லாமல் போனது ஏன் என்று நினைத் தான். குற்ற உணர்வின் சாயல் படர்ந்த ஆன்மா தவித்தது. அது குற்ற உணர்வின் வீரியத்தை இன்னும் கூட்டியது. அவளுக்காக அவ்வளவு காதலோடு காத்திருந்தான். அன்றைய இரவில் இவனால் தூங்க முடியவில்லை. என்ன செய்வதென்றும் தெரிய வில்லை.

மாடியில் சென்று படுத்துக்கொள்ளலாம் என்று பாயையும் தலையணையையும் எடுத்துக்கொண்டு கதவைத் திறந்தபோது, "என்னடா இவ்வளவு பனி பெய்யுது, உடம்புக்கு ஏதாவது செய்யப் போகுது" என்று அம்மாவின் குரல் பின்னால் ஒலித்தது. இன்னுமா இவள் தூங்காமல் இருக்கிறாள் என்று ஆச்சர்யப்பட்டான்.

அவளுக்கு பதில் எதுவும் சொல்லாமல் மாடியில் சென்று படுத்துக்கொண்டான். ஒரு நட்சத்திரம் கூட இல்லாமல் வானம் அவ்வளவு இருட்டாக இருந்தது. கும்மிருட்டு.

எப்போது தூங்கினான் என்று நினைவில்லை. சட்டென்று நள்ளிரவில் விழிப்பு வந்தது. விழிப்பென்றால், மசமசத்து பின்பு கொஞ்சம் கொஞ்சமாக நிலைக்கு வரும் விழிப்பல்ல. கூரிய விழிப்பு. யாரோ உலுக்கியது போல, உடலில் படர்ந்திருந்த தூக்கத்தை ஒரே இழுப்பில் உரித்தெடுத்தது போல பளிச்சென்று விழிப்பு வந்தது. எழுந்து உட்கார்ந்தபோது, கவிந்திருந்த இருட்டில் எந்த மாற்றமும் இல்லாமல் அதே கும்மிருட்டு. எழுந்து இடுப்பில் கையை வைத்துக்கொண்டு இரண்டு வினாடிகள் நின்றான். பின்பு மாடியை விட்டு இறங்கி கேட்டைத் திறந்துகொண்டு தெருவில் நடந்தான்.

அவளது வீட்டிற்கு இரண்டு வீடுகளுக்கு முன்பே, அவளது வீட்டின் கொல்லைக் கிணற்றடியில் தெரியும் சிறிய வெளிச்சம் இவனுக்குத் தெரிந்தது. அது பெருகிப் பெருகி இவனது மொத்த உடலையும் ஒளியால் நிறைத்தது போல் உணர்ந்தான். கால்கள் மிதந்தன. அவளது வீட்டை நெருங்கியபோது, வெளிச்சத்தின் எந்த சுவடுமில்லாமல், முன்வாசல் அவ்வளவு அமைதியாக, இருட்டாக இருந்தது. தானும் இருட்டின் ஒரு பகுதியைப் போல உணர்ந்தான்.

நெருங்கிச் சென்று கேட்டைத் தொட்டபோது, சிறிய நடைபாதையைத் தாண்டி வாசலில் அவள் அமர்ந்திருப்பது

தெரிந்தது. ஒரு சிலையைப்போல் இருந்தாள் அவள். நீண்ட நேரம் காத்திருந்து அங்கேயே சமைந்து விட்டவளைப் போல. கேட் உள்பக்கமாக பூட்டப்பட்டிருந்தது. இரு கைகளாலும் அதைப் பற்றிக்கொண்டு, இவன் கூர்மையாகப் பார்க்க முயன்ற போது, அவள் எழுந்து நடந்து வந்தாள். அவள் பூட்டைத் திறப்பதற்காக இவன் கேட்டிலிருந்த கையை எடுத்தான். அவள் வேகமாக வந்து இவனது கைகளைப் பற்றிக்கொண்டாள். கேட்டைத் திறக்க முயலவில்லை. தோள்வரை உயரமிருந்த அந்த கேட்டைத் தாண்டி இருவரது முகமும் நீண்டிருந்தது.

அவளது உருவத்தைக் கண்டவுடன் இவனுக்கு எதுவும் பேசத் தோன்றவில்லை. நிறைய தவிப்பாக இருந்தது. அவளது தலையின் பின்பக்கத்தைப் பற்றி அவளது முகத்தை நெருக்கமாகத் தனது முகத்தோடு அழுத்திக்கொண்டான். அவ்வளவு ஈரமாக இருந்தது. அவ்வளவு சூடாக இருந்தது. குழம்பிய இவன் அவளை ஏதோ கேட்க முயன்றபோது, "நீ வேலைக்குப் போ, இது வேண்டாம்" என்று சொன்னாள். அவ்வளவுதான். வேறொன்றும் சொல்ல வில்லை அவள். அந்த வார்த்தையில் இருந்த கண்ணீர் துயரம் மிக்கதாக இருந்தது.

"நீ கதவைத் திற" என்று என்று இவன் கத்தியதைப் பொருட் படுத்தாமல் இவனை மிகவும் அழுத்தமாக முத்தமிட்டாள். இவனை நீங்கி நடப்பவளை, பற்றிக்கொள்வதற்காக கையை உள்ளே நீட்டினான். முடியவில்லை. அவள் வீட்டின் கதவைத் திறந்து உள்ளே போனாள். அவள் எடுத்துவைக்கும் ஒவ்வொரு அடியையும் அவ்வளவு நீண்டதாக உணர்ந்தான். இவனது கால்கள் தளர்ந்தன.

சற்று நேரம் கேட்டைப் பற்றிக்கொண்டு நின்றான். அதன் மீது சாய்ந்து கொள்ளவில்லை என்றால் கீழே விழுந்து விடுவோமோ என்று அஞ்சினான். உள்ளிருந்து சிறிய அணுக்கமும் இல்லை. பின்பு உள்ளிருந்து அவளது குழந்தை அழும் குரல் மெலிதாக இவனுக்குக் கேட்டபோது இவன் தெருவைக் கடந்து நடந்து கொண்டிருந்தான். இருட்டு கொஞ்சம் கொஞ்சமாக இவனை கரைத்துக்கொண்டது.

ஏப்ரல், 2015 'கணையாழி'

செவப்பு ஓணான்

மணி ஒன்பதைக் கடந்தாலும் ஞாயிற்றுக்கிழமை காலைகளில் சிறுவர்களுக்குப் பசிப்பதில்லை. தெருவில் விளையாடிக் கொண்டிருந்தார்கள். “பள்ளிக் கூடம் லீவுன்னா, அடிக்கிற வெயிலெல் லாம் இந்தப் பயலுவ தலையிலதான்” என்று அலுத்துக்கொண்டாள் திண்ணைவீட்டுக் கிழவி.

அவளது வீட்டில்தான் கொல்லைப்புறம் செல் லும் படல் எப்போதும் திறந்தே கிடக்கும். ஆடுகள் மேய்ந்துவிடும் அளவில் வாழைக் கன்றுகளோ அல்லது வேறுவித சிறிய செடிகளோ அவள் வீட்டுக்கொல்லைப்புறத்தில் இல்லை. நன்கு வளர்ந்த தென்னையும், மாமரங்களும் இருந்தன. சிறுவர்கள் ஐஸ்பாய் விளையாடுவதென்றால் அவளது கொல்லைக்குத்தான் ஓடுவார்கள். சிறிய கீற்றுக்கொட்டகையும், அடுக்கி வைக்கப் பட்டிருக்கும் விறகும், ஒளிந்து கொள்வதற்கு வசதியாக இருந்தது. ஒரு விளையாட்டு முடிந்த வுடன் வேறு விளையாட்டு என மாற்றிக் கொள் வதற்கும், ஓணான் அடிப்பதற்கும் தோதான இடமாக அது இருந்தது.

அன்றைய காலையில் ‘ஒளிஞ்சாம் புடிச்சி’ விளையாட்டின் போதுதான், ஒளிந்திருந்தவன் ஒருத்தன் கத்தினான், “டேய் செவப்பு ஓணான்

டா... வாங்கடா." அவிழும் கால்சட்டையை இறுக்கிப் பிடித்துக் கொண்டு ஓடினார்கள் மற்ற சிறுவர்கள். "ஏய் கொஞ்ச நேரம் வெய்ட்டீஸ்" என்று சொல்லிவிட்டு இவனும் அந்தப் பட்டாளத்தோடு கலந்துகொண்டபோதுதான், "அண்ணே, அப்பா உன்ன கூப்ட்டுட்டு வரச் சொன்னாரு" என்று வந்து நின்றாள் தங்கச்சி.

"இங்க பாரு, செவப்பு ஓணான் ஒண்ணு பாத்திருக்கோம். கொஞ்ச நேரம் கழிச்சி போலாம் வா" என்று அவளையும் அழைத் தான். ஆனால் கொல்லை வாசலில் இவனது அம்மாவின் குரலும் கேட்டது. தங்கையும் போய் விளையாட்டில் கலந்துகொள்வாள் என்று அவள் சந்தேகப்பட்டது சரிதான். விழிகள் விரிய தங்கச்சியும் மற்ற குழந்தைகளோடு கலந்துவிட்டாள். இவன் முனகிக்கொண்டே அம்மாவை நோக்கிப் போனான்.

"என்னாம்மா, எனக்கு பசிக்கல, கொஞ்சம் நேரம் கழிச்சு வர்றேன் போ."

"நான் ஒண்ணும் சாப்பிடுறதுக்காக கூப்பிட வரல, லீவு நாளுன்னாலேதான் உனக்குப் பசிக்காதுன்னு எனக்குத் தெரி யுமே. வா... அப்பா கூப்புடுறாரு... உன்ன எங்கயோ வெளில கூட்டிட்டு போறாராம், வா" என்றாள். கூட வெடுக்வெடுக்கென்று நடப்பவனின் தோளில் இருந்த தூசியைத் தட்டிவிட்டவாறே தலையைக் கோதிவிட்டாள்.

சிறிய முள்வேலிப் படலைத் திறந்து, அவனை உள்ளே அனுப்பிவிட்டு படலை மூடிவிட்டு வீட்டு வாசலை அடைந்தாள். கூரைவீடு. கதவு பாதி திறந்திருந்தது. சிறிய திண்ணைகள் சாணிப்பாலால் மெழுகப்பட்டு கருப்பேறி மினுங்கின.

வீட்டின் உள்ளே ஓடப்போனவனை இழுத்துவைத்து முந்தானையால் முகம், முதுகு என முழுக்க துடைத்துவிட்டாள். அவன் உள்ளே போனதும், வாசலில் கட்டப்பட்டிருந்த ஆடு களை அவிழ்த்து கொல்லைப்புறமாக துரத்திவிட்டுவிட்டு அவளும் நிலைப்படியில் இடித்துக்கொள்ளாமல் குனிந்து உள்ளே போனாள்.

உள்ளே நெல் கொட்டிவைக்கும் சிறிய குதிர் இருந்தது. அதையொட்டி அடுப்பங்கறை. நடுவீட்டில், குட்டிப் பாப்பா பாயில் உறங்கிக்கொண்டிருந்தாள். அப்பா கொல்லைப்புற

நிலைப்படியை ஒட்டி பின்வாசலில் உட்கார்ந்திருந்தார். அவருக்கு சற்று தூரத்தில் கோழிகள் சீய்த்துக்கொண்டிருந்தன. சிறிய தோட்டமும், கைப்பம்பும், சாம்பல் குழியும் சற்றே நடக்கும் தூரத்தில் கண்ணுக்குத் தெரிந்தது.

நல்ல வெளிச்சத்திலிருந்து வீட்டினுள்ளே வந்தவனுக்கு சட்டென்று அந்த இருட்டு பழகவில்லை.

"ஏய்... பாத்து வாடா, பாப்பாவ மிதிச்சிடாத" என்ற அப்பாவின் குரலைக் கேட்டவுடன்தான் அவன் பாப்பாவை விட்டு விலகி குதிர் ஓரமாக நடந்து அவரை அடைந்தான்.

"என்னப்பா நாம வெளில போறமா? எங்க போறோம்?"

"உனக்கு எத்தன நாள் லீவு?"

"இன்னைக்கும் நாளைக்கும்தாம்ப்பா லீவு. திங்கள்கிழமை ஸ்கூலுக்கு போனும். அப்புறம்... ஃபீஸ் கட்டணும்ப்பா. திங்கள் கிழமைதான் கடைசி. இல்லைனா ஃபீஸ் கட்டுற வரைக்கும் வெளிலதான் நிக்கணும்."

"ம்ம் சரி..."

அதற்குள் அம்மா உள்ளே வந்திருந்தாள். "சரி, குளிச்சிட்டு வா. சாப்பிடலாம். சாப்ட்டுட்டு சித்தி வீட்டுக்கு போற. அப்பா உன்ன பஸ் ஏத்திவிடுவார். நீ பத்திரமா போயிட்டு திரும்ப வரணும்."

"ஏம்மா, நான் மட்டும் தனியாப் போகணுமா? நீ, அப்பால்லாம் வரலையா?" என்று கேட்டான். அவனுக்கு பதிலெதுவும் சொல்லாமல் அவனை கைப்பம்பை நோக்கி அழைத்துச் சென்றாள்.

தண்ணீர் அடிக்கும்போது சொன்னாள். "நீ ஏழாவது போய்ட்ட இந்த வருஷம். இதுக்கு மேல என்ன. பஸ் ஏத்தி விட்டா போகப் போற. திரும்ப சித்தப்பா உன்ன அங்க பஸ் ஏத்திவிடப் போறாரு. வந்து இறங்கப் போற. அப்பா நீ வர்ற வரைக்கும் கடைத்தெருவுல தான் உக்காந்திருப்பார். பயப்படாம போயிட்டு வா."

"எதுக்குமா சித்தி வீட்டுக்கு?"

“அதெல்லாம் போறப்ப உங்கிட்ட அப்பா சொல்லுவாரு. குளிச்சிட்டு வா.”

அப்பாவுடன் இவன் சைக்கிளில் போய் நீண்ட நாட்களாகிறது. கடைசியாக, அம்மை போட்டு காய்ச்சலில் கிடந்தபோது, திருநீறு போடுவதற்காக ரோட்டு மாரியம்மன் கோவிலுக்குப் போனதுதான். அப்போது கூட நடுங்கும் உடலில், ஒரு வெள்ளைத்துண்டைபோர்த்தி, சைக்கிளின் பின்னால் உட்காரவைத்து மெதுவாக ஓட்டிக்கொண்டு போனார். திரும்பி வரும்போது, டீக்கடையில் நிறுத்தி போண்டா வாங்கிக்கொடுத்தார். இவனால்தான் திங்க முடியவில்லை. அவ்வளவு சோர்ந்து போயிருந்தான். பத்து நாட்கள் பள்ளிக்குப் போகவில்லை அப்போது.

இவன் கிளம்பி வெளியில் வந்தபோது அப்பா தயாராக சைக்கிளை தெருவில் நிறுத்தி கால் ஊன்றிக் காத்திருந்தார். இவன் குதூகலமாக ஓடிச்சென்று ஏறிக்கொண்டான். அப்பா இவனோடு எப்போதும் சகஜமாகப் பேசுபவரில்லை. அம்மாதான் இவனுக்கு எல்லாமும். பிராக்ரஸ் கார்டில் கையெழுத்து வாங்கித்தருவது கூட அம்மாதான் செய்வாள். மார்க் குறைவென்றால் கூட அவ்வளவாகத் திட்ட மாட்டார்தான். அம்மா அதற்கு முன்பாகவே, “விடுங்க, அடுத்த பரிட்சைல நல்ல மார்க் வாங்குவான்” என்று சொல்லுவாள். கையெழுத்து போட்டுக் கொடுப்பார்.

அப்பா எதுவும் பேசாமல் அமைதியாக சைக்கிளை மிதித்துக் கொண்டிருந்தார். இவன் ஏதோ ஒரு கேள்வி கேட்டபோது கூட அவர் பதில் சொல்லவில்லை. உண்மையாகச் சொன்னால், அவருக்கு அது காதில் விழவில்லைதான். பையன் அமைதியாகி விட்டான்.

கடைத்தெருவை அடைந்தவுடன், ஒரு டீக்கடையின் முன்பு சைக்கிளை நிறுத்தினார். பழக்கமானவர்கள் இரண்டு பேர் அவரைப் பார்த்து சிரித்தார்கள். “எங்கடா தம்பி... அப்பனோட எங்க கிளம்பிட்ட” என்று கேட்டார் அதில் ஒருவர்.

இவன் அப்பாவின் முகத்தைப் பார்த்தான். அவர் அதற்கு பதில் எதுவும் சொல்லாமல் இவனிடம் “டீ குடிக்கிறியா” என்று கேட்டார். வேண்டாம் என்று சொன்னான். பின்பு இவனிடம் கேட்காமலேயே ஒரு மசால் வடையை எடுத்து சிறிய பேப்பரில் வைத்துக் கொடுத்தார். இவன் வாங்கி சாப்பிடத்

தொடங்கினான்.

"18—ஆம் நம்பர் பஸ் எத்தனை மணிக்கு, இப்ப வர்ற நேரம் தான" என்று ஒருவரிடம் கேட்டார். "இப்பதான் இந்தப் பக்கமா போயிருக்கு, திரும்பி வர்றதுக்கு இன்னும் பதினஞ்சு நிமிசம் ஆவும்" என்று டீ மாஸ்டரிடமிருந்து பதில் வந்தது.

அப்பாவும் டீ குடித்தார். இவன் வடையைத்தின்று முடித்தவுடன் அங்கிருந்த குவளையில் தண்ணீர் மொண்டு கொடுத்தார். இவன் கொஞ்சமாகக் குடித்துவிட்டு குவளையை அவரிடம் கொடுத்தான். வைத்து விட்டு, அவர் பேருந்து நிறுத்தத்தை நோக்கி நடந்தார். இவனும் அவரை ஒட்டிக்கொண்டு நடந்தான்.

அந்த இடத்தில் பெரிய தூங்குமூஞ்சி மரம் ஒன்று உண்டு. கடைத்தெரு முழுவதுமே நிழல் பரப்பி வைத்திருந்தது அம்மரம். காய்ந்த இலைகளும் பூக்களும் சாலையில் பரவிக் கிடந்தன. அதை ஒட்டி இருந்த சிமெண்டுத் திண்டில் அவர் உட்கார்ந்துகொண்டார். இவன் அருகில் நின்றுகொண்டு பஸ் வரும் திசையில் பார்வையைச் செலுத்தினான். இங்கிருந்து இவன் பள்ளி செல்லும் திசைக்கு எதிர்த் திசையில், பத்து கிலோமீட்டர் தூரத்தில் சித்தி வீடு.

அப்பா பையிலிருந்து இருபது ரூபாய் பணம் எடுத்து இவனிடம் காண்பித்துவிட்டு இவனது சட்டைப்பையில் வைத்தார்.

"டேய்... இங்க பாரு. உனக்கு ஸ்கூல் பீஸ் கட்டணும்ல, அதுக்கு இப்ப அப்பாட்ட பணம் இல்ல. நம்ம சித்தப்பாகிட்ட போயி வாங்கிட்டு வா. கடனாத்தான். போனதும் சித்தப்பா கிட்ட கேக்காத. 'சித்தப்பாகிட்ட பணம் இருக்குமா சித்தி' அப்டின்னு சித்திகிட்ட மெதுவா கேளு. அவ, 'இல்லடா சித்தப்பாகிட்ட பணம் இல்ல'ன்னு சொன்னா சித்தப்பா கிட்ட பணம் கேக்காத. 'சித்தப்பாகிட்ட பணம் இருக்கு, கேளுடா'ன்னு சொன்னா அவர்ட்ட கேளு. 'ஸ்கூல் ஃபீஸ் கட்டணும், ஆயிரம் ரூபாய் வேணும்; ரெண்டு மாசம் கழிச்சி அப்பா கொண்டு வந்து தர்றேன்னு சொன்னாரு' அப்டின்னு சொல்லு."

இவன் எதுவும் சொல்லாமல் அவரது முகத்தைப் பார்த்தான்.

"இல்லடா... ரெண்டு மாசம் கழிச்சு அப்பா கொண்டுபோயி கொடுத்திடுவேன். எனக்குக் கொஞ்சம் வேலை இருக்கு. அதான்

நான் போகல" என்று சொல்லிவிட்டு அவரும் பஸ் வரும் திசையைப் பார்த்தார்.

"நீ போயிட்டு மூணு மணி பஸ்ஸுக்குத் திரும்ப வந்துடு. சித்தி தங்குடான்னு சொன்னா, 'இல்ல சித்தி, கோடை லீவுல வந்து தங்குறேன்னு' சொல்லிட்டு வந்துடு."

எந்த நிறுத்தத்தில் இறங்க வேண்டும் என்று தெளிவாக அவனுக்குச் சொன்னார். பஸ் நிறுத்தத்திலிருந்து கொஞ்ச தூரம்தான் சித்தி வீடு. இவனுக்கு நன்றாகத் தெரியும். போன கோடை விடுமுறையில் தங்கியிருந்ததில் இன்னும் எதுவும் மறக்கவில்லை.

கொஞ்ச நேரம் கழித்து அவர் சொன்னதையெல்லாம் இவனை ஒருமுறை சொல்லச்சொல்லி கேட்டார். குனிந்து கொண்டே 'ம்ம் ம்ம்' என்று இவன் சொல்வதை ஆமோதித்துக்கொண்டார். பையன் சொல்வது திருப்தியாக இருந்தது.

பிறகு அருகிலிருந்த இனிப்பகத்தில் கொஞ்சம் இனிப்பும், காரமும் வாங்கி இவனது கைகளில் கொடுத்து சித்தியிடம் கொடு என்று சொன்னார்.

விடுமுறை நாள் என்பதால் பேருந்தில் அவ்வளவாகக் கூட்டமில்லை. இவனை ஏற்றிவிட்டுவிட்டு படியை ஒட்டி நின்றுகொண்டிருந்த நடத்துனரிடம், பையனை கொஞ்சம் மறக்காம இறக்கிவிட்டுடுங்க என்று சொன்னார். இவன் உள்ளே சென்று நின்றுகொண்டான். சன்னல் வழியாக வெளியே பார்த்தான். சிறிய சிறிய கடைதெருக்களும் வயல்வெளிகளும் மாறி மாறி வந்தன. கொஞ்ச நேரத்தில் இவனுக்கு உட்கார இடம் கிடைத்தது. உட்கார்ந்த கொஞ்ச நேரத்தில் தூக்கம் வந்தது. நிறுத்தத்தைத் தவற விட்டுவிடுவோமே என்ற பயத்தில் விழித்துக்கொண்டே இருந்தான்.

இவனது நிறுத்தம் வந்தபோது இவனாகவே படியை நோக்கி நகர்ந்தான். இன்னும் இரண்டு மூன்று பேர் இவனோடு இறங்கினார்கள். நடத்துனர் மெல்லிய சிரிப்போடு இவனது தோளில் தட்டினார்.

பஸ்ஸை விட்டு இறங்கியவுடன், தூரத்தில் நீலவண்ணக் கதவுடன் சித்தியின் வீடு தெரிந்தது. பிரதான சாலையில்

இருந்து பிரியும் தெருவொன்றின் முதல்வீடு. ஆனால் இங்கிருந்தே வீட்டின் மதில் சுவரும் இரும்புக் கதவும் தெரிந்தன.

வீட்டை அடைந்த போது, சித்திதான் வந்து வரவேற்றாள். இவன் தனியாக வந்திருப்பது குறித்து அவளுக்கு ஆச்சர்யம். கையைப்பிடித்து உள்ளே கூட்டிப்போனாள். தெருவில் விளையாடிக் கொண்டிருந்த சித்தி குழந்தைகள் ஓடிவந்து இவனோடு ஒட்டிக்கொண்டார்கள். சித்தி இவன் கையிலிருந்த பொட்டலத்தை வாங்கிப் பிரித்து எல்லாருக்கும் இனிப்பைக் கொடுத்தாள். எல்லாரைப் பற்றியும் நலம் விசாரித்தாள். இவன் அப்பாவோடு சைக்கிளில் வந்தது முதல், வடை சாப்பிட்டது வரை கேட்டுக்கொண்டாள்.

பையன் இன்னும் பணம் பற்றி பேச்சை எடுக்காமல் இருந்தான். அடுப்பில் ஏதோ கொதிக்கும் வாசனை கூடத்திற்கு வந்தது. இவனுக்குத் தண்ணீர் கொடுத்துவிட்டு, சித்தி மீண்டும் சமையலறைக்குச் சென்றாள்.

இவன் கூடத்தில் உட்கார்ந்துகொண்டு டிவி பார்த்தான். குழந்தைகள் மீண்டும் தெருவுக்கு ஓடிவிட்டார்கள். சித்தி சமை யலறையிலிருந்தே "சித்தப்பா வயலுக்கு போயிருக்காரு; இப்ப வந்திடுவாரு" என்று சொன்னாள். இவன் எழுந்து போய் அப்பா சொல்லிக்கொடுத்தது போல் சித்தியிடம் கேட்டான்.

"சித்தப்பா வந்ததும் கேளு, அவர்கிட்ட பணம் இருக்கும்னு தான் நினைக்கிறேன்" என்று சொன்னாள். இவனுக்குப் புரிய வில்லை. அவள் சொல்வதிலிருந்து சித்தப்பாவிடம் பணம் இருக்கிறதா இல்லையா என்று புரிந்துகொள்ள முடியவில்லை. இருந்தாலும் சித்திதான் கேட்கச்சொல்கிறாளே, அப்போது பணம் இருக்கும்தான் என்று நினைத்துக்கொண்டான்.

கொஞ்ச நேரத்தில் இவனும் தெருவுக்குப்போய் குழந்தைகள் விளையாடுவதை வேடிக்கை பார்த்தான். தான் வளர்ந்து விட்டது போலவும், விளையாடுபவர்கள் மிகச் சிறியவர்கள் போலவும் ஒரு எண்ணம் வந்தது. பந்து ஒன்று இவன் காலடியில் வந்து பட்டபோது அதைக்கூட குனிந்து எடுக்காமல் காலால் எத்திவிட்டான். ஹோ... என்ற சத்தத்தோடு ஒரு குழந்தை அந்த பந்தைத் துரத்தியது.

நீண்ட நேரம் குழந்தைகள் விளையாடிக்கொண்டிருந்தார்கள்.

சித்தி வந்து "விளையாண்டது போதும். வாங்க எல்லாரும் சாப்பிடலாம்" என்று அழைத்தாள். உள்ளே நுழைந்த போதுதான் முன்னமே சித்தப்பா வந்திருப்பது தெரிந்தது. கொல்லைப் புறமாக வீட்டினுள் வந்திருப்பார் போல.

இவனைப் பார்த்ததும் "வாடா... தம்பி" என்று அணைத்துக் கொண்டார். அவரும் எல்லாரையும் பற்றி நலம் விசாரித்தார். இவன் பள்ளி குறித்தும், படிப்பு குறித்தும் நிறைய கேட்டார்.

"சரி சாப்பிடுங்க... மீதியெல்லாம் அப்புறம் பேசலாம்" என்றாள் சித்தி. கூடத்தில் அவளைத் தவிர மீதி எல்லாருக்கும் தட்டில் சாப்பாடு போட்டு வைத்திருந்தாள். சாப்பிடும் போதெல்லாம் இவனுக்கு அப்பா சொல்லிக்கொடுத்தது நினைவில் வந்து கொண்டே இருந்தது.

சாப்பிட்டுவிட்டுக் கைகழுவும்போது, ஒருமுறை சொல்லிப் பார்த்துக்கொண்டான். சித்தப்பாவிடம் வந்து கேட்டான். ஏதோ பாடம் ஒப்பிப்பதைப் போல. அவர் டிவி பார்த்துக் கொண்டிருந்தார். இவனைப் பக்கத்தில் அழைத்து இவன் தலையை வருடிக்கொண்டே, இப்போது அவரிடம் பணம் இல்லையென்றும், இருந்த பணத்தில் போன வாரம்தான் வயலுக்கு உரம் வாங்கிவிட்டார் என்றும், அடுத்த வாரம் இவனது ஊர்ப் பக்கமாக வர வேண்டிய வேலை இருக்கிறது என்றும் அப்போது கொண்டுவந்து தரமுடியுமா பார்க்கிறேன் என்றும் இவனிடம் சொன்னார். அவரது பார்வை டிவியிலேயே இருந்தது. ஆனால் கைகள் இவனது தலையைக் கோதிக்கொண்டே இருந்தன. அது இவனுக்கு மிகவும் பிடித்திருந்தது. அவர் பணம் இல்லையென்று சொன்னது பெரிதாக மனதில் பதியவில்லை.

டிவியில் லயித்திருந்த அவரை ஏதோ ஒரு காட்சி சிரிக்கத் தூண்டியது. அமர்ந்திருக்கும் நாற்காலி குலுங்கும் அளவுக்கு சிரித்தார். அப்போதும் இவனுக்குத் தலை கோதுவதை அவர் நிறுத்தவில்லை. இவன் இன்னும் அவரை ஒட்டி நின்று கொண்டான்.

சிறிது நேரத்தில் சித்தி மின்விசிறியின் வேகத்தைக் கூட்டிவிட்டு, கூடத்தில் பாயை விரித்தாள். சித்தப்பா டிவியை நிறுத்திவிட்டு திண்ணையில் சென்று படுத்துக்கொண்டார்.

இவன் படுக்கத் தயங்கியபோது "தங்கிட்டு நாளைக்கு

போயேண்டா தம்பி" என்றாள். "இல்ல சித்தி, அப்பா மூணு மணி பஸ்ஸுக்கு வந்துடுன்னு சொல்லிருக்காரு, எனக்கும் நிறைய வீட்டுப்பாடம் இருக்கு, செய்யணும்" என்றான்.

"சரி, கொஞ்ச நேரம் படு, மணி இப்பவே ரெண்டாச்சு" என்று சொல்லிவிட்டு எழுந்து கொல்லைப்புறம் போனாள். குழந்தைகள் தூங்கத் தொடங்கினார்கள். இவன் சுழலும் மின்விசிறியைப் பார்த்துக்கொண்டே படுத்திருந்தான்.

பிறகு சித்திதான் கொண்டு வந்து பஸ் ஏற்றி விட்டாள். திண்ணையைக் கடக்கும்போது, சித்தப்பாவின் குறட்டை ஒலி வலுவாகக் கேட்டது. "நல்லா தூங்குறாரு போலருக்கு. நான் எழுந்தோன்ன சொல்லிக்கிறேன்" என்று சொல்லிவிட்டு, இவன் மறுத்ததைப் பொருட்படுத்தாது இவனது சட்டைப்பையில் கொஞ்சம் பணம் வைத்தாள். பேருந்தில் வந்து பைக்குள் கைவிட்டுப் பார்த்த போது ஐம்பது ரூபாய் இருந்தது.

பேருந்தில் சுத்தமாகக் கூட்டமில்லை. அதே நடத்துனர். இவனுக்கு உறக்கம் வந்தது. அச்சமின்றி தூங்கினான். சிவப்பு ஓணானின் நினைப்பு வந்தது. இறங்க வேண்டிய நிறுத்தம் வந்தபோது நடத்துனர் வந்து எழுப்பி விட்டார். பக்கத்தில் அமர்ந்திருந்தவர் மீது சாய்ந்து இவன் தூங்கியிருக்கிறான். இவன் எழுந்ததும் சிரித்துக்கொண்டே அவர் சட்டையை சரி செய்துகொண்டார். சிறிய பொட்டு போல இவனது எச்சில் ஈரம் அவரது சட்டையில் பட்டிருந்தது.

இறங்கியவுடன் அப்பா சைக்கிளுடன் நிற்பது தெரிந்தது. அவரைப் பார்த்தவுடன், ஓடிப்போய் "சித்தப்பாகிட்ட பணம் இல்லையாம்பா, இருந்த பணத்துல போனவாரம் உரம் வாங்கி வயலுக்குப் போட்டுட்டாராம்" என்று சொன்னான்.

அவர் கொஞ்ச நேரம் இவனது முகத்தை உற்றுப் பார்த்தார். பிறகு மெதுவாக "டீ குடிக்கிறியாடா" என்று கேட்டார். இவன் சரி என்பது போலத் தலையை ஆட்டினான்.

அவரும் ஒரு டீயை வாங்கிக்கொண்டார். இவன் குடித்து முடிக்கும் வரை பொறுமையாக அவரும் குடித்தார். டீ குடித்துக் கொண்டிருக்கும்போது திடீரென்று ஞாபகம் வந்தவனாக இவன் பையிலிருந்த ஐம்பது ரூபாயை எடுத்து "இந்தாப்பா சித்தி கொடுத்தாங்க" என்று அவரிடம் நீட்டினான்.

“வச்சுக்க,வீட்டுக்குபோனோன்ன அம்மாட்ட கொடு” என்றார். இவன் பணத்தை மீண்டும் பைக்குள் வைத்துக்கொண்டான்.

இவன் ஏறிக்கொண்டதும் வழக்கம் போல எதுவும் பேசாமல் சைக்கிளை மிதித்தார். இவன் தான் “எப்பா, இன்னைக்கு ஆத்துல போயி குளிக்கலாமாப்பா” என்று கேட்டான்.

“ம்ம்... போலாமே” என்று சொல்லிவிட்டு, அவராகவே “மணி நாலாவப்போவுது; பரவால்ல, வெயில்தான் சுள்ளுன்னு அடிக்கிதே. வா போலாம்” என்றார். சைக்கிள் கொஞ்சம் வேகம் கூடியது. இவனுக்கு அவர் உடனே சரி சொல்லியதில் ரொம்ப சந்தோசம். அவரை இன்னும் ஒட்டி உட்கார்ந்து கொண்டான். அவரது வியர்வை முதுகில் இவனது தலை உரசியது. அவர் கையை பின் பக்கமாக வளைத்து இவனது தலையைத் தொட்டு விட்டு மீண்டும் கையை எடுத்துக்கொண்டார்.

ஆற்றுக்குச் செல்லும் பாதை முழுக்க நிறைய மரங்கள் இருந்தன. அவ்வளவு நிழலாக இருந்தது. வழியில் பெரிய மாந்தோப்பு ஒன்று இருந்தது. மாமரங்களுக்கு இடையில் நிறைய வாழை மரங்கள் இருந்தன. பம்ப் செட்டில் தண்ணீர் ஓடிக் கொண்டிருந்தது. அந்தத் தோப்பை நெருங்கும்போது, அப்பா மீண்டும் இவனது தலையைத் தொட்டார்.

“தம்பி மாங்கா வேணுமாடா உனக்கு” என்றார். இவனும் குஷியாக “சரிப்பா” என்றான். வண்டியை அவர் தோப்பின் வாசலில் நிறுத்தினார். சுற்றிலும் நெருக்கமாக வரியப்பட்ட முள்வேலியால் சூழப்பட்டிருந்தது தோப்பு. அடர்த்தியான படலால் வாசல். சற்றே மொத்தமான சங்கிலியால் கோர்த்து பூட்டப்பட்டிருந்தது.

தோப்பு பூட்டப்பட்டிருந்ததை அவர் எதிர்பார்த்திருக்க வில்லை போல. இறங்கி பூட்டை இழுத்துப் பார்த்தார். பின்பு இவனைப் பார்த்து சிரித்துவிட்டு, வேலியில் இருந்த ஒதியமரத்தின் போத்து ஒன்றைப் பற்றிக்கொண்டு படலில் காலைவைத்து ஏறி உள்ளே குதித்தார். படலை ஒட்டி பெரிய ஒட்டு மாமரம் ஒன்று தனது கிளைகளைக் கிட்டத்தட்ட தரையில் படர விட்டிருந்தது. கொத்துக் கொத்தாக மாங்காய்கள் காய்த்துத் தொங்கிக்கொண்டிருந்தன.

இவனுக்கு மாங்காய்களைத் தொட்டுப்பார்க்க வேண்டும்

போல் இருந்தது. தானே பறிக்க வேண்டும் போல் இருந்தது. ஒரு மாங்காய் தரையிலேயே இருந்தது. அதைக்காட்டிப் பறித்துத் தரச் சொன்னான். அவர் பறித்தார். மேலும் கீழே உதிர்ந்து கிடந்த, அணில் கடித்த சில மாங்காய்களையும் பொறுக்கி படலின் இடுக்கு வழியாக இவனிடம் கொடுத்தார். மீண்டும் படலில் ஏறி வெளியே குதித்தார். தோளில் கிடந்த துண்டை எடுத்து, தரையில் விரித்து எல்லா மாங்காய்களையும் அதில் வைத்து முடிச்சிட்டு இவனிடம் கொடுத்தார். பறித்த மாங்கா யின் பால்கறை படாமல் இருக்க அதன் காம்பில் கொஞ்சம் மண்ணைத் தூவினார்.

ஆற்றை அடைந்த போது, யாருமற்று அது அமைதியாக ஓடிக் கொண்டிருந்தது. "நேரம் கெட்ட நேரம் இல்லையா, ஆத்துல ஒருத்தனும் இல்ல பாரு" என்று சொல்லிவிட்டு சட்டையைக் கழட்டி கரையில் வைத்தார். இவனும் சட்டையைக்கழட்டி அவரிடம் கொடுத்தான். அதையும் சுருட்டி அவருடைய சட்டையோடு வைத்துவிட்டு அதன் மீது மாங்காய் முடிச்சை வைத்தார்.

இவனது கைகளைப்பற்றி தண்ணீருக்குள் கூட்டிப்போனார். குளிர்ச்சியாக இருந்தது. இவனுக்கு சிலிர்த்தது. இவனது இடுப்பு வரை உள்ள ஆழத்தில் இவனை நிற்க வைத்துவிட்டு, அவர் ஆற்றின் ஓட்டத்தில் சென்று நீந்தினார். நீந்தும் போதே தண்ணீரைக் கொப்பளித்துக் கொப்பளித்து அவர் துப்புவது இவனுக்குப் பிடித்திருந்தது. இவனும் அதே இடத்தில் அமிழ்ந்து கொண்டு மிதக்கவும் கொப்பளிக்கவும் செய்தான்.

அவர் இவனிடம் வந்து 'நீந்துறியா, வாடா' என்றார். இவனுக்கு பயமாகவும் குதூகலமாகவும் இருந்தது. அவரை நோக்கி ஆர்வமாக கையை நீட்டினான். இவனை நீரின் ஆழத்துக்குக் கூட்டிப்போனார். தனது இரண்டு கைகளையும் நீட்டி இவனை அதில் படுக்கவைத்துக்கொண்டு நீந்த வைத்தார். இவன் கையையும் காலையும் உதறிக்கொண்டான். தண்ணீரைக் கொப்பளித்து துப்பினான். அவர் மீதும் கூட துப்பினான். அவர் சிரித்துக்கொண்டே இவன்மீது நீரை விசிறி அடித்தார். பிறகு இவனைத் தோளில் தூக்கி தண்ணீரின் உள்ளே தலைகீழாகப் போட்டார். இவன் அவரது மயிரைப் பிடித்துக்கொண்டு தொங்கினான்.

நீண்ட நேரம் இருவரும் தண்ணீரில் விளையாடினார்கள். இடையில் ஒரே ஒரு முறை இவனுக்கு முத்தம் கொடுத்தார். இவன் கூச்சத்தில் நெளிந்தான். அவர் மீண்டும் ஒருமுறை தண்ணீரில் நீந்தினார். இவனிடம் இடையில் வந்து 'சித்தி வீட்டுல சாப்டியா' என்று கேட்டார். அவன் தண்ணீரைக் கொப்பளித்துக் கொண்டே குழறலாக "சாப்டேன்" என்று சொல்லி சிரித்தான். "பணம் இல்லைன்னு சொன்னப்ப சித்தப்பா உன்கிட்ட கோவப்படல இல்லையா" என்றார். "இல்லப்பா, நல்லாதான் சொன்னாங்க" என்றான். கடைசியாக ஒருமுறை நீந்திவிட்டு இவனைத் தோளில் தூக்கிக்கொண்டு கரைக்கு வந்தார்.

அதுவரை குளிர் தெரியவில்லை. கரையேறியதும் இவனுக்கு நடுக்கியது. கைகளைக் கோர்த்து வயிற்றை ஒட்டி வைத்துக் கொண்டான். அவர் வேட்டியைப் பிழிந்து இடுப்பில் கட்டிக் கொண்டு, இவனது கால் சட்டையைப் பிழிந்து கொடுத்தார். இவன் அவரது தோளைப்பற்றிக்கொண்டு மண் படாமல் காலை அதற்குள் நுழைத்தான்.

கிளம்பும்போது ஒரு பெரியவர் சிறிய புல்லுக்கட்டோடு எதிர்ப்பட்டார். சிறிய தழை வெட்டும் கத்தி ஒன்று அவரது இடுப்பில் இருந்தது. அப்பா அந்தக் கத்தியை வாங்கி அணில் கடித்த மாங்காய் ஒன்றை தோல் சீவி துண்டு போட்டு இவனிடம் தின்னக்கொடுத்தார். மீதியை மீண்டும் முடிச்சிட்டு சைக்கிளின் கைப்பிடிக்கு அருகில் தொங்கவிட்டுக்கொண்டார்.

இவனைத்தூக்கி உட்கார வைத்துக்கொண்டு மெலிதாக சீழ்க்கையடித்தபடி சைக்கிளை மிதித்தார். இவனுக்கு அப்பா சீட்டியடிப்பார் என்பது ஆச்சர்யமாக இருந்தது.

வீட்டையடைந்தபோது இருட்டிவிட்டிருந்தது. அம்மா வாசலிலயே உட்கார்ந்திருந்தாள். சைக்கிளைப் பார்த்தவுடன் வேகமாக வந்து படலைத் திறந்தாள். ஈர உடம்போடு இருவரையும் பார்க்கும் அவளுக்குக் குழப்பமாக இருந்தது. பையன் இறங்கி மாங்காய்த் துண்டுகளோடு உள்ளே ஓடினான்.

அவர் சைக்கிளை நிறுத்திவிட்டு மாங்காய் முடிச்சை எடுத்து அவளிடம் கொடுத்துவிட்டு உள்ளே போய் வேட்டியை மாற்றி விட்டு வேறு சட்டையை மாட்டிக்கொண்டு திண்ணையில் வந்து உட்கார்ந்தார். அம்மா பையனிடம் பேசிக்கொண்டிருந்தது அவருக்கு கேட்டது.

சற்று நேரத்தில் வெளியே வந்தவள், "ரெண்டு பேரும் தண்ணியில அப்படி ஆட்டம் போட்ருக்கீங்க" என்று சொல்லிக்கொண்டே மூக்குத்தியைக் கழட்டி அவரிடம் கொடுத்தாள். அவர் அதை வாங்கி இடுப்பில் முடிந்துகொண்டு கடைத்தெருவை நோக்கி சைக்கிளை மிதித்தார்.

வருவதற்கு முன்பிருந்த வெயில்

மணி பதினொன்றை நெருங்கிக் கொண்டிருந்தது. சுவரில் மாட்டப்பட்டிருந்த கடிகாரத்தை உற்றுப்பார்த்தபடி ஒளிரும் கண்களோடு படுத்திருந்தாள். போர்த்தியிருந்த போர்வையிலிருந்து கண்கள் மட்டும் வெளித் தெரிந்தது. தாத்தா காலத்திலிருந்து இருக்கும் கடிகாரம். வெள்ளி நிறத்தில் பெண்டுலம் மெல்ல அசைந்து கொண்டிருந்தது. பெரிய கடிகாரம் என்பதால் பெரிய முள் அசைவது கூட நன்றாகத் தெரியும். டிக் டிக் என்று முள் நகர்வதன் ஒலி தெளிவாகக் கேட்டது. அது கடிகாரத்தின் இதயம் துடிப்பது போல இருந்தது.

ஒரு காலத்தில் இந்தப் பெரிய வீட்டின் கவுரவம் இது. தெருவில் நிறைய பேர் மணி பார்ப்பதற்காகவே வீட்டிற்கு வருவார்கள் என்று பாட்டி இவளிடம் சொல்லியிருக்கிறாள். பல நேரங்களில் "மணி என்ன ஆச்சுன்னு வீட்டுல கேட்டுட்டு வரச்சொன்னாங்க" என்று குழந்தைகள் வருமென்று அம்மா சொல்லியிருக்கிறாள்.

"இந்த ரேடியாப் பொட்டி வந்தோன்னதான் மணி பாக்க வர்ரேன்னு பயபுள்ளைங்க உள்ள வந்து வீட்ட மண்ணாக்குறது குறைஞ்சிருக்கு" என்று அலுத்துக்கொள்வாளாம் பாட்டி. அது

ஒரு செல்ல அலுப்பு. கடிகாரத்தைப் பார்க்கும் போதெல்லாம் பாட்டி தாத்தாவின் ஞாபகத்தை மீட்டெடுக்க முயல்வாள். 'இந்த மனுஷன் சிங்கப்பூர் வேலைக்குப் போயி அத்தனை வருஷம் இருந்தாரு. அவரு வாங்கிட்டு வந்ததுல இந்த கடிகாரமும் மரப் பொட்டியும்தான் வீட்டுல பொருள்னு மிச்சம் இருக்கு' என்று அடிக்கடி சொல்லிக்கொள்வாள்.

சென்ற வருடம்தான் கடிகாரத்தில் சிறிய பழுதுவந்து மணி அடிப்பதை நிறுத்தியிருக்கிறது. பாட்டி அப்போதுதான் செத்துப் போயிருந்தாள். அந்தப் பழுது மட்டும் இல்லையென்றால் இன்னும் ஐந்து நிமிடத்தில் பதினோருமுறை அடித்துத்தான் ஓயும்.

வீட்டின் வாசல் நிலைக்கதவை ஒட்டிய கூடத்தில் அப்பா படுத்திருந்தார். அம்மா இவளுக்குச் சற்று தள்ளி நடுக்கூடத்தில் தான் படுத்திருந்தாள். தேக்கு மரத்தூண்களும், பெரிய முற்றமும், கருப்பேறிய உத்திரங்களும் நிறைந்த ஓட்டுவீடு. இரண்டு அறைகள் இருந்தாலும் கூட நடுக்கூடத்தில் படுத்தே பழக்கமாகி விட்டது. உடை மாற்றுவதைத் தவிர அறையில் புழங்குவதற்கு பெரிய அவசியம் ஒன்றும் இல்லை.

சமீபமாகத்தான் மறைத்து வைத்திருக்கும் காதல் கடிதங்களைப் படிப்பதற்காக அடிக்கடி அறைக்குள் போய்க்கொண்டிருக்கிறாள். பீரோவை அடுத்த பழைய மரப்பெட்டியில், பெட்டியின் உள்ளே வைக்காமல், அதற்கு அடியில் கடிதங்களைத் திணித்து வைத்திருக்கிறாள். பெட்டிக்கும் அதை வைத்திருக்கும் பலகைக்கு மான இடைவெளியில், கடிதங்களின் சிறிய முனை மட்டும் வெளித்தெரிய சொருகி வைத்திருக்கிறாள்.

இவள் உடை மாற்றும் அறை என்பதால் அப்பா எப்போதும் அதற்குள் வர மாட்டார். பீரோவில் இருக்கும் எதையாவது எடுக்க வேண்டுமென்றால் கூட இவளோ அல்லது அம்மாவோதான் எடுத்துத் தர வேண்டும்.

முன்பெல்லாம் நிலப் பத்திரங்கள் நிறைய இருந்தன. அம்மா எடுத்துக் கொடுத்தது போக மீதி இருந்தவற்றை இவள் எடுத்துக் கொடுத்திருக்கிறாள். இப்போது இந்த வீட்டின் பத்திரத்தைத் தவிர, வேறொன்றும் இல்லை. வயல் பத்திரங்கள் நீதிமன்றத்தில் சமர்ப்பிக்கப்பட்டிருக்கின்றன. இவள் ஐந்தாம் வகுப்பு படிக்கும் போது அப்பாவுக்கும் பெரியப்பாவுக்கும் நடந்த பெரிய சண் டைக்குப் பிறகு வயல்களின் மீது வழக்கானது. இதோ இவள்

கல்லூரி முடித்து விட்டாள். அந்த வழக்கும் அதனால் வெளிப்பட்ட உறவினர்களின் சுயநலமும் அப்பாவின் வன்மத்தைக் கூட்டியிருந்தது. எதன் மீதும் நம்பிக்கையற்ற ஒன்றை நோக்கி அவர் நகர்ந்திருந்தார்.

மஞ்சள் நிற சிறிய மின்விளக்கின் வெளிச்சம் கசியும் அறை. கொடியில் நிறைந்து தொங்கும் உடைகள், துலக்கமாகத் தெரியாமல் எல்லாவற்றையும் மங்கலாக மாற்றியிருக்கும் அந்த அறையில் ஒரு வாசம் இருக்கும். கொடியென்றால் கயிறு அல்ல. எரவாணத்தில் மூங்கில் கொழுத்தாடை ஒன்று குறுக்காகக் கட்டப்பட்டு அதில்தான் மாற்று உடைகளைத் தொங்கவிட்டிருப்பார்கள் அம்மாவும் இவளும். பாட்டி நூல் புடவையை அதில் தொங்கவிட்டு முறுக்கி வைத்திருப்பாள். பாட்டி இறந்தபிறகு இவள்தான் அந்தப் புடவைகளை மரப்பெட்டிக்குள் பத்திரப்படுத்தி வைத்திருக்கிறாள்.

தாத்தாவுக்காக எத்தனை வருடங்கள் காத்திருந்திருப்பாள் பாட்டி. இந்தப் பெட்டியையே அவள் தாத்தாவைப் பார்ப்பதுபோல்தான் பார்ப்பாள். பெட்டியைத் திறக்கும் போதெல்லாம், இவளுக்கு பாட்டியின் மீது அவ்வளவு பிரியம் வரும். எவ்வளவு அன்பு உண்டோ, அவ்வளவு திமிரும் வைராக்கியமும் உடையவள் பாட்டி. அப்படியே கிழவிதான் இது என்று செல்லமாகவும் கோபமாகவும் பெரியத்தை இவளை நிறைய முறை சொல்லியிருக்கிறாள்.

அதனால்தான் அவளது மகனைத் திருமணம் செய்து கொள்ள மாட்டேன் என்று இவள் மறுத்தபோது அவள் வற்புறுத்தவில்லை.

"அதுக்குப் புடிக்கலன்னா என்ன பண்ணுறது? நீ வேற எடம் பாத்துக்க" என்று சொன்னார் அப்பா.

"நீயும் கஷ்டத்துல இருக்கியே, அவளும் நம்ம பொண்ணாச்சேனு பாத்தேன்" என்று அத்தை சொன்னபோதுதான் அவளைத் திட்டினார்.

"பாவம் பாத்து பொண்ணு கட்டிக்க வந்திருக்க நீ? மரியாதையா இதுக்கு மேல எதுவும் பேசாத" என்றார்.

தான் இழந்த எல்லாவற்றையும் தன் கோபத்தைக்கொண்டு

மறைத்துக்கொள்ள முடியும் என்று நம்புபவர் போல் இருந்தது அவரது கோபம்.

அத்தை, பெரியப்பா வீட்டில் போய் இரவு தங்கிக்கொண்டாள். அதற்குப் பிறகு அவள் வீட்டுக்கு வரவேயில்லை. அம்மாதான் மிகவும் வருந்தினாள். "இந்த மாதிரி வறட்டு கவுரவம் பாத்துகிட்டு எல்லாரையும் எடுத்தெறிஞ்சி பேசுனா என்ன பண்ணுறது? நமக்கும் நாலு பேரு வேணாமா" என்று அழுதாள்.

அந்த அறையில் அவ்வளவு தனிமை இருக்கும். உடை மாற்றும் போது எல்லாவற்றையும் களைந்துவிட்டு, மெதுவாக மாற்று உடையை அணியும் அளவுக்கு அந்த அறையில் பாதுகாப்பாக உணரமுடிந்தது.

முதல் கடிதத்தை ஒளித்துவைத்த அந்த நாளில் உடை மாற்ற கொஞ்சம் கூச்சமாகத்தான் இருந்தது. மாற்று உடை அணிய மறந்து, அம்மா அழைக்கும்வரை படித்த சமீபத்திய கடிதத்தின் போது இந்தக் கூச்சம் நினைவுக்கு வந்தது. "என்னதான்டி பண்ணுவ அங்க" என்று அம்மா கேட்டவுடன் முகம் சிவந்து அவசரமாக உடையை அணிந்துகொண்டு வெளியேறினாள்.

அன்றுதான், இந்த சிநேகத்தில் மெல்ல மிதந்து மிதந்து பிரியத்தின் ஆழத்துக்கு போய்க்கொண்டிருக்கிறோம் என்று நினைத்தாள். மேலோட்டமாக மூச்சுமுட்டும் இந்தக் காதல், அதன் உச்ச தருணங்களில் இந்த அறையின் வாசனையைத்தான் இவளுக்கு ஞாபகமூட்டியது.

எவ்வளவு அன்பு இருந்ததோ அவ்வளவு மூர்க்கமிருந்தது இந்த உறவில். சாதி, அந்தஸ்து என்று வரும்போது, எவ்வளவு பிரச்சினையை எதிர்கொள்ள வேண்டும் என்ற நடுக்கம் இருந்தாலும், அந்த உணர்வுக்குத் தன்னை ஒப்புக்கொடுத்திருந்தாள். தவிர்த்திருக்கலாம்தான். அரும்பும் பருவத்திலேயே அவனும் சொன்னான்தான், நம்மைக் கொன்றுவிடுவார்கள் என்று. அவன் தவிப்பது இவளுக்குப் பிடித்திருந்தது. அவன் தன்னைக் கீழானவனாக உணர்ந்து இந்த காதலைத் தவிர்க்கும் அபத்தம் இவளுக்கு அவன் மீதான வாஞ்சையைக் கூட்டியது. ஒன்றாகப் படித்தவன் இல்லையா. எந்தப் பின்புலமும் மனதைத் தொடாமல் அவனை உணரும்போது அவன்தான் எவ்வளவு அற்புதமானவன். தன் திரண்ட மொத்த காதலுக்கும் அவன் தகுதியானவன்தான் என்று நினைத்தாள். வெளியில் எங்கும் சந்திக்க முடியாது.

எப்படியும் அப்பாவுக்குத் தெரிந்துவிடும். இது ஒன்று போதும் பெரியப்பா அப்பாவை நிலைகுலைய வைக்க.

மணி சரியாக பதினொன்று ஆனபோது, எழுந்து வளையல் சத்தம் வராமல் ஒரு கையால் மற்றொரு கையைப் பற்றிக்கொண்டு கொல்லைக்கதவை நோக்கி நடந்தாள். அம்மா அயர்ந்து தூங்கிக் கொண்டிருந்தாள். கொல்லைக்கதவு சத்தமில்லாமல் திறந்தது. மீண்டும் அதே மாதிரி மூடி வைத்தாள். படியில் இறங்கி, கொஞ்ச தூரம் நடந்து பூச்செடிகளையும் குப்பை மேட்டையும் கடந்து கொல்லையின் கடைசியில் இருந்த மாமரத்தடியில் சென்று சாய்ந்து நின்று கொண்டாள்.

அவன் அடுத்த தெருவில் இருந்து வரவேண்டும். அவனது வீட்டின் பின்புற வயல்வெளியைக் கடந்து, இவளது வீட்டின் கடைசியில் உள்ள வாய்க்காலில் இறங்கி படலில் வளர்ந்திருக்கும் ஒதிய மரத்தில் ஏறி இவளது கொல்லையின் உள்ளே இறங்க வேண்டும். இந்த மாமரத்தை அடைவதென்பது எவ்வளவு ஆபத்தானதாக இருக்கிறது? எது இவ்வளவு துணிச்சலைத் தருகிறது?. எல்லாவற்றையும் உதறி எறிந்துவிட்டு இந்த நள்ளிரவில் ஒரு திருடனைப் போல் அவனைச் செலுத்துவது எது? இந்தக் காதல் இவ்வளவு வலிமையானதா என்று நினைத்தாள். நாம் அவனை இவ்வளவு காதலிக்கிறோமா என்று நினைத்துக்கொண்டே காத்திருந்தாள்.

நேரம் ஆக ஆக இருட்டு கண்களுக்குப் பழகியது. இரவிற்கென்று தனித்த ஒலி இருப்பது போல் தோன்றியது. தன்னை அதற்குள் கரைத்துக் கொள்வபவர்களுக்கு மட்டும் கேட்கும் ரகசிய ஒலி அது. இந்த இரவில் காதலின் ஒளிகூடிய தவிப்போடு இவள் காத்திருந்தாள். அவன் வரத் தாமதமான ஒவ்வொரு நொடியும் அவன் மீதான தவிப்பு கூடிக்கொண்டே போனது. அப்பா பற்றிய அச்சம் அவனை நோக்கி உந்தியது. அவன் உடனே வந்துவிடவேண்டும் என்று நினைத்தாள். இன்னும் கொஞ்சம் நடந்து படலை ஒட்டி கண்களைக் குவித்தாள். அவன் வேகமாக நடந்து வருவது தெரிந்தது.

அவனது உருவம் அவ்வளவு பரவசத்தை உண்டாக்கியது.

அவன் படலைத் தாண்டி வருவதை பார்த்துக்கொண்டே இருந்தாள். அவன் நெருங்கும் வரை காத்திருக்க முடியவில்லை. நடந்தாள். இவளை சமீபித்தவுடன் அவன் ஏதோ சொல்ல

முயன்றான். அதைக் காதில் வாங்கிக்கொள்ளாமல் அவனை இறுக்கமாகக் கட்டிக்கொண்டாள். அவனும் எதுவும் பேச வில்லை. இருவரும் மரத்தடியில் உட்கார்ந்து கொண்டார்கள். அந்தச் சூழல் அவ்வளவு அழகாக இருந்தது. மரத்தில் ஏறி படலை தாண்டிக் குதித்ததில் அவனது மூச்சு சீரற்று ஒலித்துக் கொண்டிருந்தது.

"ரொம்ப நேரமா காத்திருக்கியா" என்று கேட்டான். "இல்ல இப்பதான் வந்தேன்" என்று சொன்னாள். இவளது குரல் அவ் வளவு வாஞ்சையாக இருந்தது. அவனால் அதை சகிக்க முடிய வில்லை. இவளது முகத்தைப் பார்க்கவிரும்பியது போல் அவன் திரும்பினான். இவள் குனிந்துகொண்டாள்.

தவிப்படங்கிய அந்தக் கணம் அவளுக்கு சோர்வாக இருந்தது. அவன் மீதான பிரியத்தை அவனிடம் சொல்லிக்கொண்டே இருந்தாள். அவ்வளவு கோர்வையாக புதிய புதிய வார்த்தைகள் உருவாவது கூச்சமாக இருந்தது இவளுக்கு. அவன் கேட்டுக் கொண்டிருந்தான். இவளது தோளில் படர்ந்திருக்கும் அவனது கையின் அழுத்தம் கூடும்போதெல்லாம் செறிவான வார்த்தை களைத் தவிர்த்து எளிமையாக பேச முயன்றாள். அவன் தவிப்பைக் குறைக்க வேண்டும் என்று நினைத்தாள்.

"நேரமாகிறது கிளம்பலாமா" என்று இவள் கேட்டபோது அவன் பையிலிருந்து கடிதமொன்றை எடுத்துக்கொடுத்தான். எப்போதும் நிகழ்வதுதான். அவனைத் திரும்ப சந்திக்கும் நாள் வரை இதுதான் அவனை இவளோடு வைத்திருக்கிறது.

அவன் மீண்டும் ஒதிய மரத்திலேறி வாய்க்காலில் குதிக்கும் வரை பார்த்துக்கொண்டே அமர்ந்திருந்தாள். திரும்பி நடக்கும் போது சோர்ந்து நடை தளர்ந்தது போல் உணர்ந்தாள். மாமரத்துக்கும் வீட்டிற்குமான தூரம் மிக நீண்டதாக இருந்தது. நடந்து கொண்டே இருப்பதைப் போல் தோன்றியது. வீட்டை நெருங்கியவுடன் சட்டென்று பயம் வந்து நெஞ்சை அடைத்தது. பெரிய தவறு செய்கிறோம் என்ற தடுமாற்றம் உடலில் பரவியது. சற்று முன்பு உணர்ந்த பரவசம் மொத்தமும் வடிந்து வெறுமை ஒரு நிழலைப் போல் படிந்தது.

சத்தமெழுப்பாமல் படிகளில் ஏறி கதவை மெதுவாகத் தள்ளினாள். கதவு அழுத்தமாக இருந்தது. காற்றில் அசைந்து இறுக்கமாக மூடிக்கொண்டதோ என்று நினைத்தாள். காலை

நன்றாக ஊன்றி அழுத்தித் தள்ளினாள். இம்மியும் அசைய வில்லை. கதவு உட்பக்கம் தாழிடப்பட்டிருந்தது. இவளுக்கு இதயம் வேகமாகத் துடித்து மயக்கம் வருவது போல் இருந்தது. புள்ளி புள்ளியாக உடலெங்கும் வியர்வை துளிர்த்தது. தண்ணீர் குடிக்கவேண்டும் போல் இருந்தது.

அம்மா தெரியாமல் கதவைத் தாழிட்டிருப்பாளோ என்று நினைத்தாள். இல்லை. அம்மா எழுந்திருந்தால் இவள் இல்லை என்பதை கவனித்திருப்பாள். குளியலறைக் கதவும் இவள் வரும் போது உள்ளே திறந்துதானே இருந்தது. தான் அங்கு இல்லை யென்று அம்மாவுக்குத் தெரிந்திருக்கும் தானே. கதவைத் தட்டலாமா என்று நினைத்து கொஞ்ச நேரம் நின்றாள். பிறகு படியில் இறங்கி வலது பக்கம் இருந்த மாட்டுக் கொட்டகையைக் கடந்து முன்புற வாசலை அடைந்தாள். கதவை ஒட்டிய கூடத்தில் தானே அப்பா படுத்திருக்கிறார். மெதுவாக தள்ளிப்பார்த்தாள். அதுவும் தாழிடப்பட்டிருந்தது. கதவைத் தட்டுவதைப் பற்றிய எண்ணமே வரவில்ல. வேண்டாம். திண்ணையில் சற்று நேரம் உட்கார்ந்து தெருவைப் பார்த்தாள். வெறிச்சோடிப்போய் இருந்தது. தெருவிளக்குகள் எதுவும் எரியாமல் இருளோவென்று இருந்தது.

மீண்டும் மாட்டுக்கொட்டகை வழியாக கொல்லைப்புறம் வந்து கதவை அடைந்தாள். இப்போது பதற்றம் கொஞ்சம் குறைந்து ஆத்திரமாக மாறியிருந்தது. கதவை மெல்ல தட்டினாள்.

“அம்மா... அம்மமா....”

ஆனால் உள்ளுக்குள் கனன்ற ஆத்திரம் வெளியில் வராமல் அம்மா என்று அழைக்கும் குரலில் ஒரு கெஞ்சல் தொனி வந்துவிட்டிருந்தது. இறைஞ்சுதலைப் போன்ற குரலில், மீண்டும் அழைத்தாள். உள்ளி ருந்து சிறிய அணுக்கம் கூட இல்லை. கொஞ்சம் வேகமாக அம்மா என்று குரலை உயர்த்தி அழைத்தாள். கொட்டகையில் இருந்த மாடு அசைந்தது. அதன் கழுத்தில் கட்டியிருந்த மணி ‘கினிக்... கினிக்...’ என்றது. அந்த மணிச் சத்தத்தை உள்ளிருந்து அம்மா நடந்து வரும் ஒலி என்று புரிந்துகொண்டு இவள் ஆசுவாசமடைந்தாள்.

கொஞ்ச நேரம் காத்திருந்து அவள் வரவில்லையென்று தெரிந்தவுடன் இன்னும் ஒலியைக் கூட்டி ‘அம்மா’ என்று கத்தினாள். கதவை பலமாகத் தட்டினாள். மூச்சிரைத்தது.

“எம்மோவ்” என்று பெருங்குரலில் அவள் கத்தத் தொடங்கிய போது,

“இப்ப வெளில வந்தேன், உன்ன அங்கயே வெட்டி எருக்குழில பொதைச்சிடுவேன் தேவடியா” என்ற அப்பாவின் மூர்க்கமான குரல் உள்ளிருந்து வெளிப்பட்டது.

அப்பாவின் குரல் போலவே இல்லை இது. கோபம் நிறைந்த முற்றிலும் அன்பற்ற ஒரு ஆணின் குரல். இந்தக் குரலைக் கேட்ட மாத்திரத்தில் உடலிலிருந்த மொத்த சத்தையும் யாரோ உறிஞ் சிக்கொண்டது போல் உடல் தளர்ந்தது. சட்டென்று கண்ணீர் துளிர்த்து கன்னங்களில் வழிந்தது.

“அப்பா... கதவைத் தொறங்கப்பா...” என்று அழுத இவளது குரல் கரகரத்து உடைந்தது. அந்தத் தழுதழுப்பு அவரை நெகிழ்த் தவே இல்லை.

“அப்படியே ஓடிப்போயிடு, என் முகத்தில முழிக்காத” என்றார்.

ஆத்திரத்தில் அவரது குரல் நடுங்கிக்கொண்டிருப்பதை இவளால் உணர முடிந்தது. இவளுக்கு இப்போது என்ன செய்யவேண்டும் என்று தெரியவில்லை. ஏன் அம்மாவின் குரல் கேட்கவே இல்லை என்று நினைத்தாள்.

“அம்மா... அம்மா...” என்று மீண்டும் அழைத்தாள். அம்மாவின் குரல் வெளிவரவே இல்லை

“அம்மா, அப்பாவை கதவைத் திறக்க சொல்லுங்கம்மா” என்று கத்தினாள்.

சத்தம் பக்கத்து வீடுகளை அடைந்துவிடக் கூடாது என்று அஞ் சியபடியே விசும்பினாள். அம்மாவின் குரல் வராதது பயத்தை அதிகப்படுத்தியது. அப்பாவின் மேல் ஆத்திரம் பெருகியது.

“எப்பா, இப்ப கதவைத் தொறக்குறியா இல்லையா?”

“எதுவா இருந்தாலும் என்ன உள்ள வச்சி கேளு. நான் பதில் சொல்றேன்” என்று அழுகையை அடக்கிக்கொண்டு சீறினாள். அவரிடமிருந்து அதற்கு பதில் ஒன்றும் இல்லை.

கொஞ்ச நேரம் நின்றவள் ஆத்திரத்தில் கதவை எட்டி உதைத்தாள். அந்த உதையின் எதிர்விசையில் நிலைதடுமாறி கீழே

விழுந்து படிகளில் உருண்டாள். கைகளில் சிராய்த்து எரிந்தது.

கையை ஊன்றி சடுதியில் எழுந்து மீண்டும் கதவருகில் வந்து நின்றாள். உடல் நடுங்கியது. அப்பா என்ன செய்கிறார் என்று புரியவே இல்லை. அம்மாவுக்கு என்ன ஆனது என்ற பதற்றம் அப்பாவின் மீதான வெறியைக் கூட்டியது. படியை விட்டு இறங்கி மாட்டுக்கொட்டகைக்குப் போய், கவனையின் மீது கால் வைத்து ஏறி, ஜன்னல் வழியாக எட்டிப்பார்க்க முயன்றாள். என்ன செய்கிறோம் என்ற கவனமே இல்லை.

கட்டியிருந்த மாட்டின் மீது ஒரு காலை வைத்து உந்தினாள். மாடு அசைந்து எழமுயன்றது. கவனையில் நின்றுகொண்டு முடிந்த வரை எக்கி ஜன்னல் இடுக்கு வழியாக உள்ளே பார்த்தாள். நடுங்கும் கால்கள் கவனை மூங்கிலின் மென்மையில் வழுக்கியது.

அம்மா தெரிந்தாள். அவளது கூந்தல் களைந்து முகத்தில் படர்ந்து பாதி முகத்தை மறைத்திருந்தது. சுவற்றில் சாய்ந்து உட்கார்ந்திருந்தாள். அப்பா அருகில் நின்று கொண்டு ஒரு சொம்பில் தண்ணீர் தர முயன்று கொண்டிருந்தார். அவள் உடல் மிகவும் தளர்ந்திருப்பது இங்கிருந்தே இவளுக்குத் தெரிந்தது. கண்ணீர் பெருக்கெடுத்தது.

“அப்பா...” என்று ஜன்னல் இடுக்கு வழியாகக் கத்தினாள். முதலில் இவளது குரல் வரும் திசை அவருக்குப் புரியவில்லை. சிறிய குழப்பத்துக்குப் பிறகு அவரால் புரிந்துகொள்ள முடிந்தது.

இவளது குரல் மீண்டும் கேட்டபோது வேகமாகத் திரும்பி கையில் இருந்த சொம்பை தண்ணீரோடு சன்னல் பக்கமாக விசிறி அடித்தார். தளர்ந்திருந்த அம்மா மயங்கிச் சரிந்தாள். இவளுக்கும் பிடி நழுவியது. விழுந்துவிடாமல் சமாளித்துக் கொண்டாள்.

மீண்டும் கொல்லைப்புற கதவைப் போய் எட்டி உதைத்தாள். அப்பா வேகமாக கதவை நோக்கி வரும் சத்தம் கேட்டது.

“உனக்கு இந்த வீட்ல இனிமே இடம் இல்ல. நீ போகலாம். நான் செத்தா கூட என் முகத்துல முழிக்காத, எங்காவது போயிடு” என்ற அவரது குரல் முற்றிலும் அந்நியமாக இருந்தது.

இந்த அந்நியக்குரல் இவளது ரவுத்திரத்தைக் கூட்டியது.

“அதைச் சொல்ல நீ யார்? நான் அம்மாவைப் பார்க்க வேண்டும் கதவைத் திற” என்றாள். கதவுக்கு அந்தப் பக்கம் யார் நின்றிருந்தாலும் அவர்களைக் கொன்றுவிடும் ஆத்திரம் வந்தது இவளுக்கு.

அப்பா திரும்பி உள்ளே போகும் காலடி ஓசை கேட்டது. இவள் ஓடிப்போய் மீண்டும் மாட்டுக்கொட்டகை ஜன்னல் இடுக்கு வழியாக பார்த்தாள். அப்பா உத்திரத்தில் கயிறை மாட்டிக்கொண்டிருந்தார்.

“அப்பா நிறுத்து, நான் வீட்ட விட்டுப் போறேன். வேணாம்பா. இதச் செய்யாத, நீ சொல்றத நான் கேக்குறேன்” என்று வீறிட்டாள்.

இப்போது அம்மா முனகியவாறே எழுந்து நிற்பது இவளுக்குத் தெரிந்தது. கண்களைத் தேய்த்துக்கொண்டு தடுமாறி எழுந்து விளக்கைப் போட்டாள். அப்பா கயிறுடன் நிற்பதைப் பார்த்தாள். ஒரு வார்த்தை பேசவில்லை அவரிடம்.

மெல்ல நடந்து வந்து கொல்லைப்புறக் கதவைத் திறந்தாள். இவள் ஓடி கொல்லைப்புறக் கதவை அடையும் முன் அவள் படியை விட்டு கீழே இறங்கியிருந்தாள். அம்மா என்று கத்திக் கொண்டே போய் அவளைக் கட்டிக்கொண்டாள். அம்மாவின் மூக்குத்தி இவளது கன்னத்தில் குத்தியது. அழுகையினூடே ஏதோ சொல்ல முயன்ற இவளிடம், ‘நீ ஒண்ணும் சொல்ல வேணாம் வா...’ என்று இவளது கையைப் பற்றி உள்ளே அழைத்துப்போனாள்.

ஆனால் உள்ளே சென்றவுடன் இவளுக்கு அந்த வீடு அவ்வளவு அந்நியமாக இருந்தது.

முற்றத்தைக் கடந்து நடுக்கூடத்தில் வந்து நின்றபோது உடல் கூசியது. கைவிடப்பட்டதன் வலி கவிந்தது. அப்பா இன்னும் கயிறுடனே நின்று கொண்டிருந்தார்.

அடிபட்ட மிருகத்தைப் போல கனன்று கொண்டிருந்தது அவரது முகம். அம்மாவின் செய்கையை அவரால் நம்பமுடியாத அதிர்ச்சியில் உறைந்திருந்தார். அசைவே இல்லை.

ஆச்சரியமாக, இவளுக்கு அவர் மீது இப்போது கொஞ்சமும் கோபம் இல்லை. பயம் இல்லை. அங்கு ஒருவர் நிற்பதின்

சாயலே இவள் மனதில் பதியவில்லை.

அம்மா சென்று அவளது பாயில் படுத்துக்கொண்டாள். சோர்வாக கண்ணை மூடிக்கொண்டு, "நீ வந்து படு வா..." என்றாள். சொல்லிக்கொண்டே சுவர் பக்கமாக முகத்தை வைத்துப் படுத்துக்கொண்டாள்.

அம்மாவின் வெகுளித்தனமான தைரியத்தை இவள் வாஞ்சையாகப் பார்த்தாள். அப்பா இந்தக் கயிறை கீழே போடமாட்டார் என்று தெரிந்தது. நாளை விடியும் பொழுதில் அப்பா உயிரோடு இருக்க மாட்டார் என்றும் புரிந்தது.

எதுவும் பேசாமல் அறைக்குள் சென்றாள். உடைகளைக் களைந்து விட்டு கொஞ்ச நேரம் அப்படியே நின்றுகொண்டிருந்தாள். அந்த அறையின் மணம் உடலெங்கும் ஊர்ந்தது.

மூச்சை நன்றாக இழுத்துவிட்டுக்கொண்டு வேறு உடையை அணிந்தாள். படுத்திருக்கும் அம்மாவை ஒரு கணம் உற்றுப் பார்த்துவிட்டு, மெல்ல அந்த வீட்டை நீங்கி தெருவில் இறங்கி நடந்தாள்.

அப்போது அது வேறாக இருந்தது

"**அ**வன் என்ன சொன்னாலும் கொஞ்ச நாளைக்கு பொறுத்துப் போ. சரியா?"

"ம், சரிப்பா..."

"அதுக்காக அவனுக்கு பயந்துகிட்டு அவன் செய்யிறதையெல்லாம் சகிச்சிக்கணும்னு இல்ல. எப்ப வேணாலும் உம்பொறந்த வீடு இருக்கு. ங்கொப்பன் நான் இருக்கேன். இன்னும் எனக்கு உடம்பில தெம்பு இருக்கு. நீ எதுக்கும் பயப் படாத. உன்ன அனுப்பாம வீட்லையே இருக்க வச்சிடலாம்னுதாம் பார்த்தேன். உம்மவன நெனச்சாத்தான் பாவமா இருக்கு. அப்புறம் அந்த ஊருல, பெரியமனுசனுவோ சொன்னத கேக்கலன்னும் ஆகக்கூடாதுல்ல... ரெண்டு நாளு கழிச்சாவது ஆளை விட்டு அனுப்பி வரச் சொன்னானுவோல்ல..."

"ம்..."

"கால நல்லா நவுத்தி, வீல்ல பொடவ மாட்டாம சுருட்டி வச்சுக்க..."

சுற்றிலும் வயல். மாட்டுவண்டிகளும், டிராக் டர்களும், ஒரு நாளைக்கு இரண்டு முறை மினி பஸ்ஸூம் போய்வரும் பாதையில் மகளை

உட்காரவைத்து சைக்கிளை மிதித்துக் கொண்டிருந்தார். இன்னும் மூன்று கிலோமீட்டர் தூரம் போகவேண்டும். புறப்படும்போதே சுள்ளென்று எழுகிறது சூரியன். முதுகில் வியர்த்துக் கோடாக வழியும் வியர்வை வேட்டியைக் கடந்து உட்புறம் ஊர்ந்தது.

பெண்ணைக் கட்டிக்கொடுத்து ஐந்து வருடம் ஆகிறது. ஒரு பையன்; நான்கு வயதாகிறது அவனுக்கு. எப்போதும் சச்சரவு தான். புருஷன் பொண்டாட்டிக்குள்ள முரண்பாடுகள் வருவது சகஜம் தானே, கொஞ்ச நாள் ஆனா சரியாப்போய்டும் என்று அவள் வந்து புருசனைப்பற்றிக் குறைகள் சொல்லும்போதெல்லாம் சமாதானப்படுத்தி அனுப்பிவைப்பார். இந்த முறை கொஞ்சம் கைமீறிப் போய்விட்டது; உடலெல்லாம் விரல் ரேகைகள் பதியும் அளவுக்கு அடித்துவிட்டான்.

ரெண்டு நாளைக்கு முன்பு ராத்திரி பனிரண்டுமணி இருக்கும் அப்போது. திண்ணையில் யாரோ அழும் சத்தம் கேட்டு கதவைத் திறந்தவருக்கு 'சொரேர்' என்றது. கதவைத் தட்டு வதற்கு மனமில்லாமல் திண்ணையில் உட்கார்ந்து விசும்பிக் கொண்டிருந்தாள் மகள்.

"அட என்னம்மா இது, தட்டுனா தொறக்க போறேன். நான் என்ன பூட்டிகிட்டா படுத்திருக்கேன். நல்ல தூக்கத்துல இருக்கும்போது இந்த நாய்வோ வந்து உருட்டிப்புடிதேன்னுதான் கொக்கிய மாட்டிவச்சிருக்கேன்.

"வா... உள்ள வா... எங்க உம்மவன்? அவன உட்டுட்டா வந்த?"

"இந்த அர்த்தராத்திரியில இப்படியா கிளம்பி வருவ? பூச்சி பொட்டுவோ குறுக்கையும் நெடுக்கையும் போற நேரத்தில இவ்ளோ தூரம் நடந்துருக்கயெ. சரி, பேசிக்கலாம்... கண்ணத் தொட. இப்ப என்ன குடி முழுகி போய்டுச்சி..."

மகளை ஆறுதல் படுத்த முயன்றார். அப்படிச் சொன்னாரே தவிர அவளது கன்றிப்போன முகத்தை விளக்கு வெளிச்சத்தில் பார்த்தபோது தவித்துதான் போனார். என்ன நடந்திருக்கிறது என்பது அவள் சொல்லத் தேவையில்லாமலேயே புரிந்துவிட்டது. பெற்றவர் இல்லையா.

இவரது அன்பான வார்த்தைகளை கேட்கக் கேட்க அவளுக்குக்

கண்ணீர் பெருக்கெடுத்தது. அப்பனை மேலும் துயரப்படுத்த வேண்டாமே என்று அடக்கிக்கொள்ள முயன்றாள்.

"சாப்டியா? புளிக்குழம்புதான் வச்சேன். கொஞ்சம் சோறும் குழம்பும் மீதி இருக்கு, சாப்பிடு."

"இல்லப்பா வேணாம். நான் சாப்டேன். சாப்டுட்டு நானும் புள்ளையும் தூங்குனதுக்கப்புறம்தான் அந்தாளு வந்து ஒரே சண்டை. மயிற இழுத்துப்போட்டு என்ன அடிச்சிப்புட்டான். நான் என்ன கேட்டேன், 'இப்படியே குடிச்சிக்கிட்டு வய வாய்க் கால கவனிக்காம இருந்தா என்னதான் பண்றதுன்னு' கட்டுனவ ஒரு வார்த்தை கேக்க மாட்டாளா. அதுக்காக இப்படியா அடிப்பான். இந்த ராத்திரியில புள்ளையத் தூக்கிக்கிட்டு வரவேணாமேன்னுதான் ஒண்டியா நடந்துட்டேன். அவனே புள்ளைய வச்சிப் பாக்கட்டும். நா இனிமே அங்க போகல... இனி ஆண்டவன் உட்ட வழி...." கமறிக் கமறி வரும் அவளது குரல் இவருக்கு நெஞ்சைப் பிசைந்தது.

"சரி, அப்படியே படு... காலையில பேசிக்கலாம்" என்று தலைமாட்டில் இருந்த இன்னொரு பழைய பாயையும், உறை அழுக்காக இருந்த தலையணையையும் காட்டினார். சொல் வதற்கு வேறொன்றும் வார்த்தைகள் இல்லை அவரிடம். அவள் எழுந்து, கொல்லைக்கதவைத் திறந்து கொண்டு வெளியே போனாள். கொல்லைப்புறத்தில் பம்பில் தண்ணீர் அடிக்கும் சத்தம் கேட்டது. சிறிது நேரத்தில் முகத்தைத் துடைத்துக் கொண்டு வந்து படுத்தாள். கிழவருக்குத் தூக்கம் வரவில்லை. எழுந்து தலைமாட்டில் இருந்த வெற்றிலைப் பாக்கு டப்பாவை எடுத்துக்கொண்டு திண்ணைக்கு வந்தார். "என்னப்பா..." என் றாள் மகள். "ஒன்னும் இல்ல... நீ தூங்கு. சும்மா ஒரு தரம் வெத்தல போடலாம்னுதான்" என்றார்.

கிழவி செத்து பத்து வருடம் ஆகிறது. கிழவியென்றா சொல்ல முடியும் அவளை. பதினேழு வயதில் இவர் கல்யாணம் கட்டிக் கொண்டு வந்தார். குழந்தை பாக்கியமே இல்லை. முற்றிலும் நம்பிக்கை கைவிட்டுப் போன போது, ஊரே அதிசயிக்கும்படி பதினைந்து வருடம் கழித்து இவளைக் கருத்தரித்தாள். எல்லாம் இப்போது நடந்தது போல இருக்கிறது. இவளைத்தான் எவ்வளவு செல்லமாக வளர்த்தோம். ஒரு வேளை இவங்கம்மா உயிரோடு இருந்திருந்தால் இந்த மாப்ள வேணாம்னு சொல்லியிருப்பாளோ.

ஒரு ஆம்பளையை எப்படி சமாளிக்க வேண்டும் என்று இந்த மாதிரி நேரங்களில் சொல்லிக் கொடுத்திருப்பாளோ? இப்படி ராத்திரி நேரத்தில் புகுந்த இடத்தை விட்டு இவளுக்கு வர நேர்ந்திருக்காதோ என்று நினைத்தார்.

வயசுக்கு வந்த பொண்ண விட்டுட்டு பொசுக்குன்னு போய்ட்டா அவ. இதய வால்வுல கோளாறு என்று மிக தாமதாகத்தான் தெரியவந்தது. கிடக்கவெல்லாம் இல்லை. என்ன உடம்புக்கு என்று தெரிந்த ஒரு வாரத்தில் போய்ச் சேர்ந்து விட்டாள். விற்று வைத்தியம் பார்க்க என்ன வைத்திருந்தார் கிழவர், சோற்றுக்கு நெல் விளையும் நான்கு மா வயலைத்தவிர. கொஞ்ச கொஞ்சமாய் பெண்ணின் கல்யாணத்துக்குச் சேர்த்து வைத்த நகைதான் இருந்தது. எல்லாவற்றையும் கரைத்துவிட்டுப் போய்ச் சேர்வதைவிட இப்போதே போய்விடலாம் என்று நினைத்தாள் போல.

“ரொம்ப மெனக்கெடாதீங்க, எல்லாம் பேச்சியம்மா பாத்துப்பா” என்றாள். அவள் செத்ததை பேச்சியம்மா பார்த்துக் கொண்டுதான் இருந்தாள்.

பம்புசெட் ஒன்றைப்பார்த்ததும் சைக்கிளை நிறுத்தினார். மகள் இறங்கி சைக்கிளை ஒட்டி நின்றுகொண்டாள். இவர் இறங்கிப் போய், முகம், கை காலையெல்லாம் கழுவிக்கொண்டு, தண்ணீரை உள்ளங்கையில் மொண்டு மொண்டு குடித்தார். குளிர்ந்த நீர் வெறும் வயிற்றில் ஊர்வது தெரிந்தது. கொஞ்சம் தெம்பு வந்தது போல் ஆசுவாசமாக இருந்தது. தளர்ந்திருந்தாலும், வலுவான உடற்கட்டு இருந்ததற்கான அடையாளங்களைக் கொண்டிருக்கும் மார்பிலும் கைகளிலும் தெறித்திருந்த தண்ணீர்த் துளிகளை துண்டால் துடைத்துக்கொண்டு சைக்கிளைத் தள்ளினார்.

ஊரின் முகப்பில் இருக்கும் பிள்ளையார் கோவிலருகில் வண்டியை நிறுத்திக்கொண்டு, “பாத்து மெதுவா இறங்கும்மா” என்றார். மகள் இறங்கிக்கொண்டு, ”ஏம்பா... வீடு வரைக்கும் வந்துட்டு போயேம்ப்பா” என்றாள்.

“இல்லம்மா, பரவால்ல... நீ போ... நா... சொன்னதெல்லாம் நெனவுல வச்சிக்க... பொறுமையா இருக்கறது எப்பவுமே கொறையாவாது. நான் அவம் முகத்துல முழிக்க வேணாம்னு பாக்குறேன். நீ போ” என்று சொல்லியனுப்பினார். அவனைப்

பார்த்தால் அவரால் கோபத்தைக் கட்டுப்படுத்த முடியாது என்று நினைத்தார். கலைந்து முகத்தில் தொங்கிக்கொண்டிருந்த முடிக்கற்றைகளைக் கோதி தலையில் படியவைத்துக்கொண்டு, புடவையை இடுப்பைச் சுற்றி இறுக்கமாகக் கட்டிக்கொண்டு தயங்கித் தயங்கி அவள் வீட்டை நோக்கி நடப்பதைப் பார்த்துக் கொண்டே கொஞ்ச நேரம் நின்றார்.

பின்பு மெல்ல சைக்கிளை ஸ்டேன்ட் போட்டு நிறுத்திவிட்டு, துண்டை எடுத்து உதறி முகத்தைத் துடைத்துக்கொண்டு கோவில் திண்ணையில் ஏறி அமர்ந்தார். கருங்கல் தளம் சில்லென்றிருந்தது. பக்கத்திலிருக்கும் புங்கமர நிழல் கோயில் முழுவதும் வியாபித்திருந்தது. காலைநேரம் என்பதால் கோயிலில் யாருமே இல்லை. மதியத்துக்கு மேல்தான் கொஞ்சம் வயசான ஆட்கள் கோயிலில் வந்து படுப்பார்கள்.

இடுப்பு வேட்டி முடிப்பில் இருந்த வெற்றிலைப் பாக்கு பொட்டலத்தை எடுத்துப் பிரித்து ஒரு தரம் போட்டுக்கொண்டு மெல்லத்தொடங்கினார். ஊர் நாட்டாமையைப் பார்த்து ஒரு முறை மரியாதைக்கு சொல்லிவிட்டுக் கிளம்ப வேண்டியது தான். அவர்தான் ஒரு ஆளை அனுப்பி “கொண்டுவந்து விடச் சொல்லுங்கள்” என்று சொன்னவர். அவரும் வேற்று ஆளா என்ன? பெண்ணைக் கட்டியவனின் பங்காளிதான். அவரும் ஆரம்ப காலங்களில் இந்த சச்சரவுகளைத் தீர்த்து வைக்கத்தான் முயன்றார். அவன் கேட்டால்தானே. இவள் கோபித்துக்கொண்டு வந்ததும், நாலு வயசு பய அம்மா இல்லாமல் குடிகாரப்பய கூட கிடந்து கஷ்டப்படுவதைப் பார்க்கச் சகிக்காமல்தான் அவரும் இவளை வரச்சொல்லி ஆள் விட்டார். நாளைக்கு அந்தக் குழந்தைக்கு ஒன்று என்றால் ஊர்தானே பதில் சொல்ல வேண்டும். அதுவுமில்லாமல் தினமும் அவனுக்கு சோறும் தண்ணீரும் கொடுப்பதும், நாட்டாமையின் மனைவிக்கு இஷ்ட மில்லாததாக இருந்தது.

கிழவர் காத்திருந்தார். யாராவது சின்னப் பசங்க வந்தால் கூட அவரை கோவிலுக்கு அழைத்துவரச் சொல்லி பார்த்து சொல்லிவிட்டுப் போகலாம் என்று நினைத்தார். யாரையும் காணவில்லை. எழுந்து வெற்றிலைப் பாக்கு எச்சிலைத் துப்பி விட்டு, கோயிலில் இருந்த திருகு பைப்பில் தண்ணீர் பிடித்து வாய் கொப்பளித்துவிட்டு சைக்கிளை எடுத்தார். லேசாகப் பசிக்கத் தொடங்கியது. இன்னும் கொஞ்சம் தண்ணீர் குடிக்

கலாமா என்று நினைத்தார். வேண்டாம். குமட்டும்.

சைக்கிளை மிதிக்கும்போது ரொம்பவும் சோர்வாக இருந்தது. ஆறுதலாக தலையைத் தோளோடு லேசாக சாய்த்துக் கொண்டார். உடம்பில் இன்னும் வலு இருக்கிறதுதான், ஆனால் எவ்வளவு நாளைக்கு? சொந்தமாக சோறாக்கித் தின்று கொண்டு, நிம்மதியில்லாத மகளின் வாழ்க்கையை நினைத்துப் பார்த்துக்கொண்டு, முகம் லேசாக இறுகியது. ஒரு கையால் துண்டை எடுத்து வியர்த்த முகத்தைத் துடைத்துக் கொண்டு தலையைச் சுற்றி அப்படியே போட்டுக் கொண்டார். வெயில் முகத்தில் அடிப்பது கொஞ்சம் குறைந்தது.

வழியிலிருந்த ஒரு சிறிய கடையில் வண்டியை நிறுத்திவிட்டு உள்ளே போய் நாலு இட்டிலி சாப்பிட்டார். ஒரு பெட்டிக் கடையும் ஹோட்டலுமாக உள்ள சிறிய கீற்றுக் கொட்டகை. வயலில் வேலை செய்யும் ஆட்கள் டீ, போண்டா வாங்குவார்கள். காலையிலும், மாலையிலும் இட்டிலி கிடைக்கும். சாப்பிட்டு முடித்து கை கழுவும் போதுதான், மகளை வெறும் வயிற்றோடு இறக்கிவிட்டு வந்தது நினைவில் உறைத்தது.

இந்தக் கடையில் சாப்பிடுவது ஒன்றும் புதிதில்லை அவருக்கு. கடைக்கு வலதுபுறமாகத் திரும்பும் ரோட்டில் நான்கு கிலோமீட்டர் தூரம் போனால் வரும் ஊர்தான் அவர் பொண்ணு கட்டிய ஊர். மச்சினன் இருக்கிறார். மாமியார்க் கிழவியும் உயிரோடுதான் இருக்கிறது. மகள் கல்யாணத்துக்கு பத்திரிகை வைப்பதற்காக மாமனார் வீட்டுக்குப் போனதுதான். இழவு, கருமாதி என்றால் தவிர்க்க முடியாமல் அந்த ஊருக்குப் போவதோடு சரி. இன்று ஏனோ அங்கு போகலாம் என்று அவருக்குத் தோன்றியது. தயக்கமாகவும் இருந்தது. இருந்தாலும், சைக்கிளை மெல்ல உருட்டிக் கொண்டு, வலதுபுற ரோட்டில் திரும்பி ஏறி மிதிக்க ஆரம்பித்தார்.

லயன்கரையோடு ஒரு மூன்று மைல் தூரம் போனவுடன் ஆற்றுப் பாலம் கண்ணில் தென்பட்டது. பாலத்தைத் தாண்டினால் கொஞ்ச தூரத்தில் வீடு. மூங்கில் பாலத்தை எடுத்துவிட்டு இப்போது கான்கிரீட் பாலம் கட்டியிருக்கிறார்கள். நிறைய மரங்களை வெட்டியிருப்பதால் அந்த இடம் வெளிச்சமாக, புதிதாக இருந்தது. வண்டியை விட்டு இறங்கி, உருட்டிக்கொண்டு பாலத்தில் நடந்தார். நிறைய முறை அந்த மூங்கில் பாலத்தில்

ஜி. கார்ல் மார்க்ஸ் | 67

சைக்கிளை உருட்டிக் கொண்டு நடந்திருக்கிறார். நினைவுகள் பின்னோக்கிச் சென்றன.

பாலத்தை ஒட்டிய இடது கரையில் கொஞ்ச தூரம் போனால் அப்போதெல்லாம் பனங்கள்ளு கிடைக்கும். அந்தப் பாலத்தில் வைத்துத்தான் இவரது மச்சானை ஒருமுறை கை நீட்டி அடித்தார். கன்னத்தைப் பிடித்துக்கொண்டு, ஒரு வார்த்தை கூட பேசாமல், கண்ணீர் பொலபொலவென உதிர அவர் நின்றுகொண்டிருந்தது இப்போது ஏனோ மிகத் தெளிவாக நினைவுக்கு வந்தது.

“நீ போடா... நான் இந்தாள்ட்ட அடிபட்டு சாவுறேன், என்னமோ ஆவுறேன், எனக்காக நீ ஏன் கண்ட மிருகத்துகிட்டையும் அடி வாங்குற” என்று தம்பியை கட்டிப்பிடித்து இவர் மனையாள் அன்று அழுதது நினைவுக்கு வந்தது.

நீண்ட நாட்களாகக் குழந்தை இல்லை என்பதற்காக அவளை கொடுமைப்படுத்தியதில்லைதான். ஆனால் பல நேரங்களில் அலட்சியமாக நடத்தியிருக்கிறார். ரொம்பவும் பொறுமைசாலி அவள். என்ன ஒன்று, எதையும் வெளியில் சொல்லாமல் மனதிற்குள்ளேயே வைத்துக்கொண்டு மறுகக்கூடியவள். பிடிவாதக்காரியும் கூட. இல்லையென்றால் பதினைந்து வருடம் கழித்து பிள்ளை பெறுவாளா. இவருக்கும் பெரிதாய் பிக்கல் பிடுங்கல் எதுவுமில்லை. வேலை, அது முடிந்தால் பெருமாள் கோவிலில் உட்கார்ந்து அரட்டை. அவ்வப்போது கள் இறக்கும் இடத்துக்கே போய் பனங் கள்ளோ தென்னங்கள்ளோ குடிப்பது; குழந்தையில்லை என்ற ஏக்கத்தைத் தவிர குறையொன்றுமில்லை.

அவளும் எதுவும் புகார் சொல்ல மாட்டாள். குடிப்பது அவளுக்குப் பிடிக்காதுதான், ஆனால் பொறுத்துக்கொள்வாள். எப்போதாவது இவர் அதிகமாகக் குடிப்பது போல் தோன்றும் போது மட்டும் சோறு போடும்போது முனகுவாள்.

“குடிச்சிட்டு வந்து, ஒன்ன என்னா மயிற இழுத்துப் போட்டா அடிக்கிறான் எம்மவன். அவனுக்கு ஆசையா ஒரு புள்ள பெத்துக் குடுக்கதான் வக்கில்ல, அவங்கிட்ட சண்ட போடாம அனுசரனையாவாவது இரு” என்றாள் அவளது மாமியார் ஒருமுறை. ஆனால் சாக்கனா விக்கிறவளோட இவருக்குத் தொடுப்பு என்று ஊரில் பேச்சு வந்து அது அவள் காதை எட்டியபோதுதான்

அவள் தீவிரமாக சண்டை போட ஆரம்பித்தாள். அந்த வாக்கு வாதத்தின் போதுதான் இவர் முதல்முறையாக அவளை அடித் தார்.

"மலட்டுத் தேவடியா, வாங்கிட்டு வந்து போடறத ஆக்கிக் குடுத்துட்டு, சாப்டுகிட்டு பேசாம கிடக்கணும்" என்று கோபத்தில் வார்த்தையையும் விட்டுவிட்டார். வேறென்ன வேண்டும் ஒருத்தியை உள்ளும் புறமும் கொல்வதற்கு. இரவு முழுவதும் விசும்பிக்கொண்டிருந்தவள், மாற்றுத் துணி கூட எடுக்காமல் மறுநாள் வீட்டை விட்டு வெளியேறினாள். "மலட்டுத் தேவடியா" என்று இவர் சொன்னது அவள் மனதைத் தைத்துவிட்டது. அவள் போவதை அவர் பார்த்தாலும் தடுக்கவில்லை.

கிழவி அப்போது வீட்டில் இல்லை. இருந்திருந்தால் இவரைக் கடிந்துவிட்டு அவளைப் போகாமல் நிப்பாட்டியிருக்கும். என்ன தான் வெடுக்கு வெடுக்கென்று பேசினாலும் மருமகள் மீது பாசம் அதிகம் கிழவிக்கு. எங்காவது வெளியில் போனால், மருமகளுக்கு பட்சணம் எதுவும் வாங்காமல் வராது. மகனின் தொடுப்பு விவகாரம் அது காதை இன்னும் எட்டியிருக்கவில்லை.

வயலிலிருந்து வந்தவுடன், 'எங்கடா அவ' என்று கேட்டது. இவர் ஒன்றும் சொல்லாமல் இருக்கவும் வெளியில் போய்விட்டு ஐந்து நிமிடத்தில் ஆவேசமாக உள்ளே வந்து "வீட்டைவிட்டுப் போற பொண்டாட்டிய, தடுத்து சமாதானம் பண்ணத் தெரி யாதவனுக்கு ஏண்டா உசிரு. மரியாதையா போய் அவளை அழைச்சிகிட்டு வா" என்று வைதது. இவர் போகவில்லை. சொல்லிச் சொல்லி பார்த்துவிட்டு மறுநாள் இவரோடு பேசுவதை நிறுத்தியது. இரண்டு நாளில் சமைப்பதையும் நிறுத்திவிட்டது. இவரும் "நீ சமைக்கலன்னா என்னா, 'கிளப்பு கடையில்' சாப்டுகிறேன்" என்று சொல்லிவிட்டு வீம்பாகத் திரிந்தார். பொட்ட நாய்வோளுக்கு அவ்வளவு என்னா திமிறு என்று சினந்தார்.

ஒரு வாரம் கூட ஆகவில்லை, கிழவி ஒருநாள் ஒப்பாரி வைத்து அழுதுகொண்டிருந்தாள். இருக்காதா பின்ன, அமாவாசை அன்னக்கி நல்ல விளக்கு ஏற்ற போகும்போதுதான் பார்த்திருக் கிறாள், சாமி படத்துக்கு முன்பு பித்தளைத்தட்டில் இருந்த தாலிக்கொடியை. மருமகள் முடிவோடுதான் வெளியேறியிருக் கிறாள். இவருக்கே ரொம்பவும் அதிர்ச்சியாக இருந்தது. கோபத்தில் உடம்பெல்லாம் நடுங்கியது. உடலும் மனமும் அகந்தையின்

ரவுத்திரத்தில் கனன்றது. விடியட்டும் என்று காத்திருந்தார்.

காலையில் சைக்கிள் போன வேகத்தில் ஊர் மிரண்டது. பாலத்தில் சைக்கிளை நிறுத்திவிட்டு, இடதுபுறக்கரையில் போய் நாலு கலயம் கள் குடித்தார். நடையல்ல அது, சன்னதம் கொண்டது போலொரு ஓட்டம்.

மாமியாருக்குப் புரிந்துவிட்டது. கதவை வேகமாகத் தள்ளிக் கொண்டு நுழைந்தவர், சோற்றுக்கையோடு இருந்த பொண் டாட்டியை மயிரைப்பிடித்து இழுத்துக்கொண்டு வெளியில் வந்தார். தலையில் அடித்துக்கொண்டு அழுதாள் மாமியார். ஆனாலும், கம்போடு ஓடிவந்த பங்காளி வீட்டுப் புள்ளைகளிடம் "வேண்டாம் விட்டுடுங்க" என்று மிகத் தீர்மானமாக சொன் னாள். தெருவே வேடிக்கை பார்த்தது.

"விடுங்க... நான் வரேன், ஊரே பாக்குது... எனக்கு அவமானமா இருக்குது" என்று அடிக்குரலில் கெஞ்சியவளை இழுத்துக்கொண்டு இவர் பாலத்தை நெருங்கும்போது எங்கோ போயிருந்த மச்சான் ஓடி வந்தான். "விடுங்க மாமா... நான் கொண்டு வந்து நாளைக்கு விடுகிறேன்" என்று கெஞ்சினான்.

"கொண்டாந்து விடுற மயிறு இத்தனை நாளா என்ன பண்ண? தாலி எங்கன்னு கேட்டீங்களாடா அவகிட்ட" என்று கேட்டுக்கொண்டே எட்டி அவனை அறைந்தார்.

"நா... வர்றேன்... மயிரை விடுங்க..." என்றவளின் குரலில் இருந்த ஆத்திரம், அவரது வேகத்தைக் கொஞ்சம் குறைத்தது. பிடி தானாகத் தளர்ந்தது. தம்பியைக் கட்டிப்பிடித்து அழுதுவிட்டு, இவரது சைக்கிள் கேரியரில் அன்று வந்து அமர்ந்தவள், அதற்குப் பிறகு தாய் வீட்டுக்குப் போக மறுத்துவிட்டாள். குழந்தை உண்டான பிறகு வளைகாப்புக்குக் கூட அவள் போகவில்லை. மச்சான் மட்டும் வந்து அடிக்கடி பார்ப்பார். குழந்தை பிறந்தவுடன் கிழவி வந்து பார்த்தாள். அதற்குப் பிறகு ஒருமுறை கூட அவள் வரவே இல்லை. அவளது மகள் இறந்த போது காரில் வைத்து அழைத்து வந்திருந்தார்கள். நெஞ்சைக் கரைக்கும் ஒப்பாரியோடு நீண்ட நேரம் அழுதாள் கிழவி.

ஆற்றுப்பாலத்தைக் கடந்ததும் இருந்த பெட்டிக்கடையில் ஐந்து ரூபாய்க்கு வெற்றிலையும் சீவலும் வாங்கி சைக்கிள்

கேரியரில் வைத்துக் கொண்டார். வீட்டை அடைந்தபோது, திண்ணையில் காலை நீட்டி உட்கார்ந்திருந்த கிழவி கண்ணைச் சுருக்கிக்கொண்டு யாரென்று பார்த்தது. உடலெல்லாம் சுருங்கி கோடு கோடாக வெடித்துப்போன வெள்ளரிப்பழம் போல் இருந்தது உருவம். பழுதடைந்திருந்த கண்களால் கிழவியால் புரிந்துகொள்ள முடியவில்லை. இவர் எதுவும் பேசாமல் இன்னொரு பக்கத் திண்ணையில் உட்கார்ந்து கொண்டார். வெற்றிலை சீவல் பொட்டலத்தை அதனருகில் வைத்தார். அரவம் கேட்டு வீட்டினுள்ளிருந்து வெளியில் வந்த மச்சினனின் மனைவிக்கு ஆச்சர்யமும் சந்தோசமுமாக இருந்தது.

“வாங்கண்னே” என்று சொல்லிவிட்டு கிழவியிடம் வந்திருப் பது யாரென்று சத்தமாகச் சொன்னாள். வேகமாக கால்களை மடக்கிக் கொண்ட கிழவி முந்தானையை இழுத்து அழுத்தமாக இடுப்பில் சொருகிக்கொண்டு, ‘உள்ள போங்க’ என்று கையைக் காட்டினாள். குரல் வரவில்லை.

முற்றத்தை ஒட்டிய ஆளோடியில் உட்காரச் சொல்லிவிட்டு, “உங்க மச்சினன் இங்கதான் மோட்டுத்தெரு வயலுக்கு போயிருக் காங்க, இப்ப வந்திடுவாங்க” என்றாள்.

கொஞ்ச நேரம் உட்கார்ந்திருந்தவர் காலை நீட்டி பெஞ்சில் படுத்துக்கொண்டார். சுவரில் இவரும் மனைவியும் சேர்ந்து எடுத்துக்கொண்ட பழைய போட்டோ ஒன்று கண்ணில் பட்டது. அதில் அவளது முகம் அவ்வளவு சாந்தமாக இருந்தது. அவ்வளவு ஆறுதலாக இருந்தது இவருக்கு. நீண்ட நேரம் பார்த்துக் கொண்டே படுத்திருந்தார்.

சாப்பாடெல்லாம் முடிந்து கிளம்பும் போது, “ஒண்டியா கிடந்து ஏன் அங்க கஷ்டப்படுறீங்க, வந்து இங்கேயே தங்கிடுங்க, அந்த நெலத்த அப்பப்ப இங்கேருந்தே போய் பாத்துக்கலாம்" என்று சொன்ன மச்சினனிடம், "இருக்கட்டும் பாத்துக்கலாம்" என்றார்.

வெளியில் வந்தபோது கிழவி தூங்கிக்கொண்டிருந்தாள். ‘போயிட்டு வரேன்’ என்று சொல்லிவிட்டு திரும்பியவர் மீண்டும் மச்சானைப் பார்த்து “கெழவிய நல்லாப் பாத்துக்குங்க” என்றார். ‘கொஞ்சம் வெயில் கொறஞ்சோன்னயாவது போகலாமே’ என்று அவர்கள் சொன்னதைக் காதில் வாங்கிக் கொள்ளாமல் சைக் கிளில் ஏறி மிதிக்கத் தொடங்கினார்.

காட்டாமணக்கு

இவன் வெளிப்புற கேட்டின் அருகில் நின்று கொண்டிருந்தான். பத்து மணிக்கே ஊர் அமைதியாகிவிட்டது. தெருவில் ஆள் நடமாட்டமே இல்லை. வயல் வேலை முடிந்து வந்தவர்கள் களைத்துத் தூங்கியிருப்பார்கள்.

மீதி பேர் தொலைக்காட்சியில் லயித்திருப்பார்கள்.

குழந்தைகள் இரவு நேரங்களில் தெருவில் விளையாடிப் பார்த்து நீண்ட நாள் ஆகிறது. இவன் ஒரு பத்து நிமிடமாக நின்று கொண்டிருக்கிறான். திரும்பவும் உள்ளே போய் விடலாமா என்று நினைத்தபோது, பக்கத்து வீட்டின் கதவு திறக்கும் சத்தம் கேட்டது.

"என்னடா வெளியில நின்னுகிட்டிருக்க" என்று கேட்டுக்கொண்டே நண்பன் வெளியில் வந்தான்.

"ஒண்ணுமில்லடா, சும்மாதான்."

அவனும் கேட்டை மூடி விட்டு இவனை நெருங்கி வந்து "தம்மடிக்கலாம் வர்றியா" என்றான்.

"ம்...போகலாமே" என்று சொல்லி கேட்டின்மேல்

கொக்கியை மாட்டிவிட்டு அவனோடு சேர்ந்து நடந்தான்.

"ஏன் உம்முன்னு இருக்கே" என்றான் அவன்.

"ஒண்ணும் இல்லடா, சாப்பிட்டோன்ன தம்மடிக்கணும்போல இருந்தது. கையில காசில்லை. தங்கச்சிக் கிட்ட கேக்கலாம்னு பார்த்தா அவளும் தூங்கிட்டா, அம்மாகிட்ட இருக்காது. தங்கச்சி பேக்கிலேருந்து எடுக்கலாம்னா, சில நேரங்கள்ல கோச்சிப்பா. அதான் யோசிச்சுகிட்டு அப்படியே வெளியில வந்து நின்னேன். நீ வந்து கூப்பிட்ட."

"ஏன், உங்கப்பாகிட்ட செலவுக்குக் கூட கேக்க முடியாதாடா?"

"அட நீ வேற... நான் வேலைக்குப் போகல, கிடைக்கிற வேலையிலையும் நிலைக்கிறதில்லன்னு அவரு என்மேல கோவமா இருக்காரு. என் தங்கச்சிகிட்ட காசு வாங்கறதுக்கே திட்றாரு... ஒரு நாள் அப்படித்தான் அவகிட்ட நான் காசு வாங்கறதப் பார்த்துட்டு, 'அவ தேவடியாளாப் போனாக்கூட கவலையில்லை; உனக்கு சிகரெட்டுக்குக் காசு குடுத்தா போதும் இல்லையா' அப்டீன்னாரு. பகீர்னு இருந்துது எனக்கு. கூட வேலை செய்ற பையன் ஒருத்தன் கூட பேசிக்கிட்டே பஸ் ஸ்டான்ட் வரைக்கும் அவ வர்றத இவரு பாத்திருக்காரு, அவகிட்ட அப்ப எதுவும் கேக்காம நான் காசு வாங்கறத பாத்தோன்ன அவளையும் சேர்த்துத் திட்டிப்புட்டாரு. பாவம் கூசிப் போய்ட்டா அவ."

தெருவின் மத்தியில் இருந்தது இவர்களது வீடு. சிறியதும் பெரியதுமாக நாற்பது வீடுகள் உள்ள தெரு. எண்ணினால் பதினைந்து வீடுகள் கான்கிரீட் வீடுகளாக இருக்கும். தெருவுக்கு இடதுபுறம் மேலத்தெருவுக்குச் செல்லும் வழி. வலதுபுறம் வயலுக்குப் போகும் வண்டிப்பாதை. நடந்தார்கள். சிறிய தோப்பைக் கடந்தவுடன், முற்றிலும் இருட்டு விலகி நிலவு வெளிச்சத்துடன் வயல் விரிந்து கிடந்தது.

கோடைக்காற்று மெலிதாக வீசிக்கொண்டிருந்தது. மதகில் அமர்ந்தார்கள். மெல்லிய காற்றுதான் என்றாலும் நான்கைந்து முயற்சிகளுக்குப் பிறகே சிகரெட் பற்றியது. புகை வயிற்றில் நிரம்பும்போது, கசப்பின் வேதனையை ஒரு மெல்லிய துணியால் மூடிக்கொள்வது போல் இவனுக்குத் தோன்றியது.

புகைக்கும்போது பேசாமல் இருப்பது சுகம். மது அருந்துவது போலல்ல புகைப்பது. புகை நினைவுகளை உள்நோக்கித் திருப்புகிறது. சுயவாதையின் கிளர்ச்சி கொண்டதாக இருக்கிறது. தூரத்தில் சைக்கிளில் யாரோ வருவது போல தோன்றியது. சிகரெட்டை இருவரும் மறைத்துக் கொண்டார்கள்.

கடைத்தெருவில் இருந்து, வண்டிப்பாதை வழியாக குறுக்கு வழியில் தெருவுக்குச் செல்பவர்கள் இந்த வழியாக வருவார்கள். அதுவுமில்லாமல் நிலவுவேறு பால்வெளிச்சமாக இருக்கிறது. மிக அருகில் வந்தவுடன் கடந்து செல்லும்போதுதான் தெரிந்தது இவனது அப்பா என... சைக்கிளை மெதுவாக மிதித்துக் கொண்டு கடந்து போனார்.

அவர் கவனித்திருக்க வாய்ப்பில்லை என்றே தோன்றியது. எப்போதும் அவர் அப்படியெல்லாம் கூர்ந்து கவனிப்பவரில்லை.

சைக்கிள் கடந்தவுடனேயே புகைக்கத் தொடங்கிய நண்பனை "வா, உள்ளே கொஞ்ச தூரம் நடந்து வரப்பில் உட்கார்ந்து கொள்ளலாம்" என்று அழைத்தான்.

"இவன் ஒருத்தன்டா... தம்மடிக்கக்கூட பயப்படுவான்" என்று சொல்லிக்கொண்டே அவனும் எழுந்து வந்தான். இரு வரும் கொஞ்ச தூரம் நடந்து அடர்த்தியாக வளர்ந்திருந்த ஒரு காட்டாமணக்குச் செடியை ஒட்டி வரப்பில் அமர்ந்து கொண் டார்கள்.

வண்டிப்பாதையில் இருந்து பார்த்தால் அவர்களைத் தெரியாது. சிகரெட் கங்கு வேண்டுமானால் தெரியக்கூடும். ஆனால் அது கூட நல்ல இருட்டில்தான் தெளிவாகத் தெரியும். இன்னும் ஆழமான இரண்டு இழுப்பு இழுத்ததும் சிகரெட் முடிந்துவிட்டது. கொஞ்ச நேரம் எதுவும் பேசாமல் அமர்ந் திருந்தார்கள்.

"எப்படா மாப்ள கல்யாணம் பண்ணப்போற" என்றான் அவன்.

"அட நீ வேற. சிகரெட்டுக்கே காசு இல்லாம தடுமாறிட்டிருக் கேன். இதுல கல்யாணம் வேறயா? எல்லாம் உனக்கு மாதிரி நடக்குமாடா?" என்று அவனைப் பார்த்து கிண்டலாகச் சிரித்தான்.

அவனுக்கு ஆறு மாதம் முன்புதான் கல்யாணம் ஆகியிருந்தது. கொஞ்ச நேரம் அமைதியாக உட்கார்ந்திருந்தார்கள்.

"உனக்கு ஏண்டா இன்னும் வேலை கிடைக்கல? உன் தம்பி தங்கச்சிங்கல்லாம் வேலைக்குப் போறாங்க, நீ மட்டும் வீட்டில் இருக்கறது வெறுப்பா இருக்குமேடா" என்றான்.

இவ்வாறு சிகரெட் குடிக்க வரும்போதெல்லாம் இவன் வேலையைப் பற்றி பேச்சு வராமல் இருக்காது. "நான் படிச்ச பிஎஸ்சி இப்பல்லாம் ஒரு மேட்டரே இல்லடா; என் தம்பி மாதிரி எஞ்சினியரிங் படிச்சிருந்தா இந்நேரம் ஏதாவது ஒரு வேலைக்குப் போயிருப்பேன்" என்று ஒருமுறை அவனிடம் சொல்லியிருக்கிறான்.

இப்போது எதுவும் பேசாமல் அமைதியாக இருந்தான்.

"என்னடா உன் தம்பி லீவுல வந்திருக்கான் போல. அவன் உன்கூட பேசவேமாட்டானாடா?" என்று கேட்டான்.

"ஏன், ஏன், பேசுவான், பேசாம என்ன? எப்படி இருக்கன்னு கேட்டான். நல்லாருக்கேன்னு சொன்னேன். அவ்வளவுதான்."

அதற்கு மேல் இருவருக்கும் எதுவும் பேசத் தோன்றவில்லை. அமைதியாக கொஞ்சநேரம் உட்கார்ந்திருந்தார்கள்.

அவன், "கிளம்பலாமா?" என்றான்.

"இல்லடா நீ போ. நான் கொஞ்ச நேரம் உக்கார்ந்திருந்துட்டு வர்றேன்."

"சரி... சரி... சீக்கிரம் வந்து சேரு, நான் பம்பு செட்டுக்கு போறேன். கரும்புக்கு தண்ணி தொறந்துவிடனும், அப்பா ராத்திரியில போக மாட்டாரு..."

அவன் போனதும் அடர்த்தியான தனிமை படர்ந்தது.

தம்பியைப் பற்றிய உரையாடல் தோல்வியின் கசப்பை மனதிற்குள் கொண்டு வந்தது. அப்பா ஒப்பிடுவதற்கு வெளியி லிருந்தெல்லாம் ஆள் தேவையில்லை. தம்பி மட்டும் போதும். படித்தான், வேலைக்குப் போய் விட்டான். பெங்களூரில் இருக் கிறான். இப்போது கூட நான்கு நாள் விடுமுறைக்கு ஊருக்கு வந்தவன் வீட்டில்தான் இருக்கிறான். அனாவசியமாக பகலில்

எங்கும் வெளியில் போவதில்லை. நடையில் ஒரு அலட்சியமும், துள்ளலும் கூடி வந்திருக்கிறது.

இவனிடம் குறைந்த வார்த்தைகளில் பேசுவான். வெறுக்கிறான் என்றெல்லாம் சொல்ல முடியாது. கனிவாகத்தான் பார்ப்பான். ஆனால் இவனது வேலை பற்றியெல்லாம் எதுவும் கேட்க மாட்டான். வருவான்; இங்கிருக்கும் சில நண்பர்களோடு எப்போதாவது இரவில்தான் வெளியில் போவான். நள்ளிரவில் திரும்பி வருவான்.

ஓரிரு முறை இவனைக் கடக்கும்போது அவனிடமிருந்து பீர் வாசனையை இவன் உணர்ந்திருக்கிறான். அவ்வாறான நேரங் களில், “எனக்கு சாப்பாடு வேண்டாம்மா, நான் வெளியிலேயே சாப்பிட்டுட்டேன்” என்று சொல்லிவிட்டுப் படுத்துக்கொள்வான். அப்பாவுக்கும் அம்மாவுக்கும் அவன் குடிப்பான் என்பது தெரியாது. ஆனால் இவனிடம் மட்டும் குடிப்பதை மறைக்க வேண்டும் என்ற பிரயத்தனம் அவனுக்குத் தோன்றாது. அண்ணன்தானே என்ற அலட்சியமா தெரியவில்லை. சகஜமாகப் பேசவும் மாட் டான். இவனுக்கு மிகவும் வெறுப்பாக இருக்கும். தன் இருப்பை அவன் மிக எளிதாகக் கடப்பது ஏற்றுக்கொள்ள முடியாததாக இருக்கும்.

நான் ஒருத்தன் இந்த வீட்டில் இருப்பதே அவன் நினைவில் இல்லை. அப்பாவிடம் அவனும் அவ்வளவாக பேச மாட்டான். ஆனால் அம்மாவிடம் நன்றாகப் பேசக்கூடியவன்தான். நம்மைப் பற்றி அவளிடம் எதுவும் கேட்பானாயிருக்கும் என்று நினைத்தான். இல்லை. விசேசங்களில் தூரத்து உறவினர்கள் இவனைப்பற்றி விசாரிப்பதைக் கூட அம்மா மறக்காமல் வந்து இவனிடம் சொல்வாள். தம்பி விசாரித்ததைப்பற்றி அம்மா ஒரு முறை கூட இவனிடம் சொன்னதில்லை.

அண்ணாந்து வானத்தைப் பார்த்தான். நிறைய நட்சத்திரங் களோடு நிலவு தெளிவாக இருந்தது. உற்றுப் பார்த்துக்கொண்டே இருந்தான். கோடையின் காய்ந்த புல் வாசமும், பக்கத்து வயலில் பம்பு செட் தண்ணீர் பாய்வதால் உண்டாகும் ஈரமண்ணின் வாசமும் ஒன்றாக வந்து கொண்டிருந்தது. அருகிலிருந்த காட்டா மணக்குச் செடி பூத்திருந்தது. வசீகரமற்ற பூதான். ஆனாலும் அதிலொரு அழகு இருந்தது.

கொஞ்ச நேரம் படுக்கலாமா என்று நினைத்தான். சிறிது

நேரத் தயக்கத்துப் பிறகு மெல்ல கால்களை நீட்டி, கையை தலைக்கு வைத்துக்கொண்டு காலடித் தடங்களால் சுத்தமாக இருந்த வரப்பில் படுத்துக்கொண்டான்.

வானம் எல்லையற்றதாகத் தெரிந்தது. தூரத்தில் தெரு ரொம்பவும் அமைதியாக இருந்தது. நாய்களின் குரைப்பொலி கூடக் கேட்கவில்லை. போகலாம் என நினைத்தான். இன்னும் கொஞ்ச நேரம் படுத்திருக்கலாம் என்று தோன்றியது. காய்ந்த புல் பொறடியில் பட்டு அரித்தது. கொஞ்சம் நகர்ந்து காட்டா மணக்குச் செடியை ஒட்டிப் படுத்துக்கொண்டான்.

எவ்வளவு நேரம் படுத்திருந்தான் என்பது நினைவில் இல்லை. எது எதையோ நினைத்துக் கொண்டிருந்தவன் அப்படியே கண்ணயர்ந்திருக்கிறான். இவனுக்கு விழிப்பு வந்தபோது அந்தச் சூழலில் ஏதோ ஒன்று மாறியிருப்பது போலத் தோன்றியது. அது என்ன என்று குழப்பமாக இருந்தது. யோசிக்கையில் எங்கிருந்தோ, மிக மெலிதாய் பூவாசம் வந்து நாசியைத் தொட்டிருக்கிறது என்பது புரிந்தது.

கொஞ்சம் நகர்ந்து முகத்துக்கருகில் நீட்டிக் கொண்டிருந்த காட்டாமணக்கின் பூவை வளைத்து முகர்ந்து பார்த்தான்.

இல்லை; இது இல்லை. காட்டாமணக்குப் பூ ஏதோ ஒரு பிசினை நினைவூட்டியது. மெல்ல எழுந்து வரப்பின் நெடுகில் பார்த்தான். யாரோ வருவதுபோல் இருந்தது.

இந்நேரத்தில் யார்? மணி பனிரண்டுக்கு மேல் இருக்கும் போலவே... நிலவு உச்சியில் இருக்கிறது. எழுந்து நின்று பார்க்கலாமா என்று நினைத்தான். வேண்டாம். இவன் இருக்கும் திசையை நோக்கித்தான் உருவம் வந்துகொண்டிருந்தது.

வருவது பெண்ணென்று புரிந்தபோது இனம் புரியாத கிளர்ச்சி தோன்றி அடங்கியது. அவளது நடையில் பதற்றம் இல்லை. வரப்பில் நடந்து பழகியவள் தான். "எழுந்து நில்" என்று மனம் சொல்லியது. ஆனால் இவனது உடல் நகரவில்லை. வந்தவள் வாய்க்காலில் அமரப்போகிறாளோ என்று நினைத்தான். ஆனால் அவள் சுற்றும்முற்றும் பார்த்து விட்டு வரப்பின் விளிம்பிலிருந்த பாகற் கொல்லையின் படலை ஒட்டி அமர்ந்துகொண்டாள். அவளது பார்வையில் இவன் படவேயில்லை. அதற்குப் பின் அவளிடம் அசைவே இல்லை.

அவள் நடந்து வந்ததை கவனித்திருக்காவிட்டால் அங் கொருத்தி அமர்ந்திருப்பதே தெரியாது. ஒரு குரூரமான நகைப்பு வந்தது இவனுக்கு. தலையைக் காட்டாமணக்கு ஓரம் வைத்துச் சரிந்து படுத்துக்கொண்டான். அவள் அமர்ந்திருக்கும் இடம் தெரிந்தது. காத்திருந்தான். வினாடிகள் மெதுவாகக் கழிந்தன. அவள் தலையைத் திருப்பி வரப்பின் அந்தப் பக்கமுள்ள கத்தரி வயலைப் பார்த்தாள். பகலென்றால் அவளது கம்மல் கூட தெளிவாகத் தெரியும் தூரம். ஆனால் இந்த நிலவொளியில் அவள் யாரென்பதை எளிதாக உணர முடியவில்லை.

அவள் அமர்ந்திருந்த இடத்தில், பாகற்கொடி வேலியின் மீதுபடர்ந்து கிட்டத்தட்ட தரை வரை வெளியே தொங்கிக் கொண்டிருந்தது. கொஞ்சம் நேரமானவுடன் இன்னும் நகர்ந்து அதை ஒட்டிச் சென்று அமர்ந்து கொண்டாள். கொடியின் கீழே ஒரு தனித்த செடியைப்போல இருந்தது அவளது உருவம். இவனுக்குப் பதற்றமாக இருந்தது. எழுந்து வீட்டுக்குப் போய்விடலாம் என்று நினைத்தான். ஏதோ ஒன்று அவ்வாறு செய்யவிடாமல் தடுத்தது. நீண்ட யோசனைக்குப்பிறகு மெல்ல ஊர்ந்து வரப்பின் கீழே வாய்க்காலில் இறங்கினான்.

கோடைக்கால வாய்க்கால், தண்ணீர் இல்லாது வயலுக்குப் பாயும் பம்புசெட் தண்ணீரின் ஈரத்தோடு இருந்தது. காய்ந்த நாணல்களைப் பற்றி வரப்பை ஒட்டிக் குனிந்தவாறே நடந்தான். நாணல் புதர்களில் பாம்புகள் இருக்கக் கூடும். இன்னும் கொஞ்ச தூரம் நடந்தால் யாரென்று தெரிந்துவிடும். அவள் வந்ததும், அமர்ந்த விதமும் இவனிடமிருந்த சாகச உணர்வைத் தூண்டிவிட்டது. இன்னும் கொஞ்சதூரம் நடந்து படலின் அருகில் போய், நாணல்களின் ஊடாக அவளது முகத்தைக் கவனித்தான்.

திக்கென்றிருந்தது. பக்கத்து வீட்டுப்பெண். ஒருமுறை ஆழமாக மூச்சை இழுத்துக்கொண்டு மீண்டும் பார்த்தான். அவள்தான். மெல்ல நகர்ந்து திரும்ப நடந்து வந்து மீண்டும் காட்டாமணக்குச் செடியை ஒட்டி அதே இடத்தில் சரிந்து படுத்துக்கொண்டான்.

நினைவுகள் தத்தளித்தன. அவள் யாருக்காகவோ காத்திருக் கிறாள். ஏதோ தவறு செய்யப்போகிறாள். வரப்பின் அந்தப் பக்கம் வாய்க்காலைத் தாண்டினால், அவளது வீட்டின்

கொல்லைப்புறம். நிலவொளி புகமுடியாத அடர்த்தியான மரங்கள் உண்டு என்பதால் கொல்லைப்புறத்தில் எப்போதும் இருட்டாகவே இருக்கும்.

இரண்டு வீட்டிலும் கிணற்றடியில் மாத்திரமே லைட் உண்டு. கொல்லையில் இரவு நேரத்தில் யாரும் புழங்கமாட்டார்கள். இதையெல்லாம் கடந்து வந்து அவள் எதற்காகவோ காத்திருந்தது இவனது கற்பனைக்கெட்டாததாக இருந்தது.

அவள் கணவனை இவனுக்குத் தெரியும். ஒரு கணம் அவனை நினைத்து துக்கமாக இருந்தது. ஆனால் அதே நேரம் ரகசியமாக ஒரு திருப்தியும் வந்தது. அவளைப்பற்றிய மேலும் பல நினைவுகள் கிளர்ந்தெழுந்தன. எப்போதாவது இவன் அம்மாவிடம் பேசுவதற்காக வருவாள். ஏதாவது வாங்கிக் கொண்டு போவாள்.

கூரான நாசி. பளபளப்பான கண்கள். கரிய கூந்தல். ஊர்ப் பெண்களைப் போல் அல்லாமல் சற்றே பெரிய புட்டம். மெல்லிய குற்ற உணர்ச்சியோடு சிலமுறை கவனித்திருக்கிறான். இவன் படித்துக்கொண்டோ, டிவி பார்த்துக்கொண்டோ இருப்பான். அவள் வீட்டுக்கெல்லாம் இவன் போவதில்லை. அவள் வீடென்றில்லை, யார் வீட்டுக்கும்தான் போவதில்லை.

அவளைப்பற்றி நினைக்கும்போது, மெல்ல தனது ஆண்மை விழிப்பதை உணர்ந்தான். அவள் கணவனுடனான இவனது சிநேகம் குற்றவுணர்ச்சியைக் கூட்டியது. அவனை விடுத்து அவளை மட்டும் கற்பனை செய்ய முயன்றான். முடியவில்லை. நினைவுகளில் அவனும் வந்துகொண்டே இருந்தான். எரிச்சலாக இருந்தது. இவனுடன் பரிமாறிக்கொண்ட ரகசியங்களில், அவன் யாரையாவது ஏமாற்றிய, துரோகமிழைத்த நிகழ்வுகள் உண்டா என மனது வேகமாக ஆராய்ந்தது. அப்படி எதுவும் இல்லாமல் போய்விடுமோ என்ற அச்சம், அவ்வாறு சிந்திப்பதைத் தடுத்தது. இப்போது மனதில் ரகசியமாகக் கிளர்ந்த ஆசையை உணர்ந்த வுடன் உடல் நடுங்கியது.

அம்மாவின் கனிந்த முகம் ஒரு மின்னல் கீற்றைப்போல் வந்து போனது. அப்பாவின் முகம் வரும்வரை சலனமற்று அமர்ந் திருந்தான். மெல்ல ஒரு ஓநாயைப்போல் தலையைத்தூக்கி எல்லாப்புறமும் பார்த்தான். தூரத்திலிருந்து வயல் வண்டுகளின் சத்தம் கேட்டது. இன்னொரு சிகரெட் பிடிக்கவேண்டும் போல்

தோன்றியது. கடை மூடியிருக்கும். திறந்திருந்தால் மட்டும்? காசில்லை. 'ச்சை' என்றிருந்தது.

நேரம் ஆகிக்கொண்டிருந்ததால் அவள் கொஞ்சமாக நிதானமிழந்ததைப் போல் ஒருமுறை எழுந்து படலைவிட்டுக் கொஞ்சம் நகர்ந்து எல்லா பக்கமும் பார்த்துவிட்டுத் திரும்பவும் முன்பை விட சற்று அதிகமாக ஒடுங்கி அமர்ந்து கொண்டாள். இவன் மூச்சு கூட விடவில்லை. இவன் இருக்கும் பக்கமாக அவளது பார்வை திரும்பியபோது இவனுக்குப் படபடப்புக் கூடியது. கொஞ்சம் ஆசுவாசமடைந்தவுடன், அவள் யாருக்காகக் காத்திருக்கக் கூடும் என்று யோசித்தான். பிடிபடவில்லை.

அவளைப்பற்றி யாரும் புகாராக எதுவும் சொன்னதில்லை. அம்மாவும் கூட நல்ல விதமாகத்தான் சொல்லியிருக்கிறாள்.

கணவனிடம் சண்டையிட்டிருப்பாளோ, கோபித்துக்கொண்டு வந்து அமர்ந்திருப்பாளோ என்று கூட யோசித்தான். ஆனால் சண்டைக்குப் பின்னான முகமே வேறு. அழுது கொண்டு வெளியேறுபவள் இவ்வளவு நளினமாக நடக்க முடியாது.

காத்திருக்கலாம் என்று முடிவு செய்தான். மெல்ல இவன் மீதே இவனுக்கொரு அருவருப்பு தோன்றியது. அவளிடம் போய், மிகவும் சாதாரணமாக, "இங்க என்ன பண்றே" என்று கேட்டுவிட்டுத் தொடர்ந்து நடந்தால் அவள் வீட்டுக்குப் போய்விடுவாள் என்று நினைத்தான். அப்படி நினைத்தவுடன் ஒரு ஏமாற்றம் சட்டெனக் கவிந்தது. தோல்வியின் கசப்பு, வெறுப் பாக மாறி இரையைத் தவறவிடும் விலங்கைப் போன்றதொரு அதிருப்தியை உணர்ந்தான்.

நேரம் ஒரு தனித்த முதியவனின் வாழ்வைப்போல் மிக நீண்டதாக இருந்தது. இப்படி அசையாமல் படுத்திருப்பது சிரமமாகவும் இருந்தது. நல்லவேளை வண்டோ, எறும்போ மேலே எதுவும் ஊரவில்லை என்று நினைத்துக் கொண்டான். நேரம் ஆக ஆக, தான் எதிர்பார்த்த ஏதோ ஒன்று நடக்காத வன்மம் பெருகி, இதுதான் தன்வாழ்வு முழுவதும் தொடர்கிறது என்று நினைத்தான். வானத்தில் இப்போது நட்சத்திரங்கள் குறைந்திருந்தன. முன்னை விட இருட்டு கொஞ்சம் கூடுதலாகத் தோன்றியது. எழுந்து அவளை நோக்கி நடந்தான்.

வரப்பில் சில அடிகள் எழுந்து நடந்தவுடன், பின்புறத்தைத்

தட்டிவிட்டுக்கொண்டு, புடவையை சரி செய்துகொண்டு அவளும் மெல்ல இவனை நோக்கி நடந்தாள். இவ்வளவு தன்மையாக நடந்து வருகிறாளே என்று குழம்பினான். ஆனால் தனித்த இரவின் நிலவொளியில் யாருமற்ற வயல்வெளியில், தனக்காக இல்லையென்றபோதும், ஒருத்தி நடந்து வருவதைப் பார்க்க குதூகலமாக இருந்தது. யாரோ ஒரு ஆளைத்தான் எதிர்பார்த்து அவள் காத்திருந்திருக்கிறாள் என்பது இவனுக்கு இப்போது உறுதியானது.

தூரம் குறையக் குறைய அவளது வேகம் குறைந்து ஒரு கட்டத்தில் வரப்பில் அப்படியே நின்றுவிட்டாள். இவன் அவளை சமீபித்தபோது ஏதோ சொல்ல முயன்றவள் அப்படியே அமைதியானாள். அவளது முகத்தில் குழப்பமும், பயமும் தோன்றியது. இவன் எதுவும் பேசவில்லை.

"நீங்க என்ன இந்த நேரத்தில இங்கே" என்று கேட்டாள். இந்த அபத்த சந்திப்பை மிகவும் சாதாரணமான ஒன்றாக அவள் மாற்ற முயன்றாள். இவனை மிகவும் இயல்பாக எதிர்கொள்வதைப் போல காட்டிக்கொள்ளும் எத்தனம் இருந்தது அதில்.

ஆனால் அவள் உடல் நடுங்குவதை இவன் உணர்ந்தான். அது அவ்வளவு எளிதானதா என்ன? அவள் உள்ளுணர்வு அவளது இதயத்தை அதிரச்செய்தது. தான் எதிர் கொள்ளப்போகும் ஒன்றை முன்னுணரச் செய்தது. தன் சமநிலை குன்றாமலிருக்கவும் தனது நிதானத்தின் மூலம் அவனை எதிர்கொள்ளவும் முயன்றாள்.

இவனிடமிருந்து ஒரு அணுக்கமும் இல்லை. அவளது நடுக்கம் அவள்மீது பரிவை வரவழைக்காமல் ஏன் நமக்கு உன்மத்தத்தை உண்டாக்குகிறது என்று நினைத்தான்.

அவளுக்கு பதில் சொல்ல இவன் விரும்பவில்லை. அவளது உடலை மிகவும் தீர்க்கமாகப் பார்த்தான். தனிமையும், அவளது தோற்றப் பொலிவும் கட்டற்ற கிளர்ச்சியை உண்டு பண்ணியது.

இன்னும் கொஞ்சம் நெருங்கித் தடுமாறி நிற்கும் அவளது கண்களை எதிர்கொள்ளாமல் அழுத்தமாக அவளைக் கைகளோடு சேர்த்துக் கட்டிப்பிடித்தான். இடுப்பில் ஒரு கையும் கழுத்தில் ஒரு கையுமாக, அவளை நெருக்கி மூர்க்கமாக உடலோடு அணைத்த போது பெண்ணின் வாசம், இதயத்தின் சுவர்களில் மோதியது.

அது ஒரு நெகிழ்ச்சியை நோக்கி அவனை உந்தியது. அவசரமாக அந்த உணர்வை நிராகரித்தான். ஒரு களிப்பின் உன்மத்தம் அவனை மூர்க்கமாக செலுத்தியது. தடுமாறி சமநிலை குலைந்தவள், அவளது சக்தி மொத்தத்தையும் திரட்டி இவனிடமிருந்து பிரித்துக்கொள்ள முயன்றாள். இருவருக்குமான மிகக் குறைந்த இடைவெளியும் இவனது அழுத்தமான பிடியும் அவளது எதிர்ப்பை ஒன்றுமில்லாமல் ஆக்கியது.

ஒரு காலை அழுத்தமாக ஊன்றிக்கொண்டு இன்னொரு காலால் அவளது கால்களின் பின்புறத்தை வளைத்து அழுத்திய போது ஒரு விளைந்த செடியைப்போல் அவள் தரையில் வீழ்ந்தாள். கைகள் இரண்டையும் அவளது தலைக்கு மேலே வைத்துப் பிடித்துக்கொண்டு அவளது கால்களை முட்டியால் வலுவாக விரித்தபோது ஒரு அழுத்தமான கேவல் அவளிட மிருந்து வெளிப்பட்டது. அவனைக் கடிக்க முயன்றாள். ஆனால் இவனது மொத்த உடலும், அவள் மீது கவிந்தபோது திணறிய அவளது கடி, வலுவற்றதாக ஒரு குழந்தையின் கடியைப்போல் இருந்தது.

மிகவும் ஆவேசமாக இயங்கத் தொடங்கினான். இவனது காமமும் அதனைச் சுற்றி அடுக்கப்பட்டிருந்த வன்ம வளையங்கள் ஒவ்வொன்றும் சுழன்று அவளை அசையவிடாமல் இருத்தின. தனது எதிர்ப்பின் கடைசி முயற்சியாய் இவனது கழுத்தை வளைத்துத் தள்ள முயன்ற அவளது கை ஒரு நனைந்த துணியைப் போல் தொய்ந்து அடங்கியபோது இவன் தனிந்திருந்தான். பின்பு மெல்ல அவளை நீங்கி வயலில் மல்லாக்க விழுந்தான். இவனது வாயில் அவளது கண்ணீரின் உப்புச்சுவை சிறியதாய் படர்ந்திருந்தது.

அவள் எழுந்தாள். தள்ளாடி ஒரு கையை ஊன்றிக் கீழே சரிந்தாள். மீண்டும் மெல்ல எழுந்து பொத்தான்கள் சிதறிய ஜாக்கெட்டை, அவிழ்ந்திருந்த புடவையால் சுற்றி அப்படியே மூடிக்கொண்டாள். புடவை காலில் தடுத்தது. இன்னொரு கையால் தூக்கிக்கொண்டாள். வரப்பில் ஏறுவது சிரமமாக இருந்தது. திரும்பிக் கூட பார்க்காமல் வீட்டை நோக்கி நடந்தாள். தலை முழுக்கக் கலைந்திருந்தது. பூக்கள் சிதறி, ஒன்றிரண்டு பூக்கள் மட்டும் நாரோடு ஒட்டிக்கொண்டு, கூந்தலின் நுனியில் ஆடிக்கொண்டிருந்தது. இவன் அப்படியே படுத்துக் கிடந்தான். கைலி கைக்கெட்டாத தூரத்தில் வரப்பை ஒட்டிக் கிடந்தது.

காய்ந்த நெல் தாள்கள் முதுகில் உறுத்துவது இப்போது லேசாகத் தெரிந்தது. கொஞ்சமாய்த் தலையைத் திருப்பிப் பார்த்தபோது, அவளது குலைந்த நடை நெஞ்சை அறுத்தது.

மனதில் தோன்றிய கசப்பு, உடல் முழுதும் படர்ந்து, நாக்கு வறண்டு, தண்ணீர் குடிக்க வேண்டும் போல் தோன்றியது. கைகளும் கால்களும் அசைக்கமுடியாத அசதியில் கண்களை மூடிக்கொண்டான். கோடை வயல்களில் எலிகளைப் பிடிக்க வரும் பாம்பொன்று இப்போது தன்னை வந்து தீண்ட வேண்டும் என்று மனதார விரும்பினான்.

அப்போது வாய்க்காலின் அந்தப் பக்கமாக லேசாக கத்திரிச் செடிகள் அசைவது போல் இருந்தது. யாரோ வருகிறார்கள். அப்படியே வேகமாக உருண்டு, கைலியை எடுத்துக்கொண்டு வரப்பின் ஓரமாக சரிந்து வாய்க்காலில் விழுந்தான். காய்ந்த முட்செடியொன்று உடலைக் கிழித்தது. உதிர்ந்த மண், சிராய்ப்பில் பட்டு எரிந்தது. குனிந்தவாறே நகர்ந்து நகர்ந்து, முன்பு படுத்திருந்த காட்டாமணக்குச் செடியின் அருகில் சென்றதும் வரப்பில் ஏறி அதனருகில் சரிந்து படுத்துக்கொண்டான்.

கத்திரிக்கொல்லையில் இருந்து வெளிப்பட்ட ஆணின் உருவம், மெல்ல வரப்பில் வந்து நின்றதை இவன் பார்த்தான்... அவள் முன்பு நின்ற அதே இடம். அவ்வுருவம் பின்பு மெல்ல நடந்து, வேலி மீது படர்ந்து வெளியே தொங்கிக் கொண்டிருந்த பாகற்கொடியின் அடியில் ஒடுங்கி அமர்ந்து காத்திருக்கத் தொடங்கியது.

இவன் கண்களை மூடிக் கொண்டான். நிலா ஊர்ந்து கொண்டிருந்தது.

உப்புச்சுவை

நிறைந்த குளிரில் மரங்கள் அசைவற்று நிலைத் திருந்தன. இரவின் பனியில் குளித்திருந்த பூவரச இலைகள் அடர்ந்த பச்சையில் முறுக்கேறி அசையாமல் நின்றன. வீட்டை ஒட்டிய களத்தில் குவித்து வைக்கப்பட்டிருந்த புதிய வைக்கோல் போரிலிருந்து ஆவி வெளியேறிக் கொண்டிருந்தது. அதுவொரு சிறிய ரயில் எஞ்சினைப்போல் தோற்றம் கொண்டிருந்தது. அதையொட்டிய தொழுவத்துள் கட்டப்பட்டிருந்த மாடுகள் அசை போட்டபடி படுத்திருந்தன. காம்பு விறைத்திருக்கும் கறவை மாடுகள் மட்டும் கன்றின் மீது கனிந்த பார்வையோடு காத்திருந்தன. தெருவிளக்கின் மஞ்சள் ஒளி பனியை ஊடுருவி வெற்றிகொள்ள முயன்றுகொண்டிருந்தது. எறும்புகள் ஊர்வதை ஒத்திவைத்து புற்றுக்குள் பதுங்கியிருந்தன.

விடியலை நோக்கி மெல்ல நகர்ந்து கொண்டிருக்கும் பின்னிரவில், அந்த வீட்டின் வாசலில் இருக்கும் பூவரச மரமொன்றில் அவனைக் கட்டி வைத்திருந்தார்கள். கைகள் பின்னால் வளைத்து கட்டப்பட்டு, நார்க்கயிற்றில் தண்ணீர் ஊற்றி இறுகவைக்கப்பட்டிருந்தது. அவனது முகம் கன்றிப் போயிருந்தது. உதட்டுக் காயத்திலிருந்து ரத்தம் பரவி பற்களை நனைத்தது. அதன் உப்புச் சுவை சகிக்க மாட்டாது துப்ப முயன்றான்.

வீங்கியிருந்த உதடு அசைய மறுத்து, எச்சிலோடு சேர்ந்து நெஞ்சில் வழிந்தது. அழவில்லை அவன்.

அருகிலிருந்த புங்கமரமொன்றில் அவளும் கட்டப்பட்டிருந்தாள். மரமில்லை அது. ஆனால் செடியைக் கடந்த தடிமனில், உச்சியெங்கும் பச்சை இலை அடர்த்தியாகப் பரவி மரமாக முயற்சி செய்து கொண்டிருந்தது.

எப்போதாவது ஒரு இலையிலிருந்து பனி சொட்டியது. அது அவளது தலைமுடியில் பட்டு முகம் நோக்கி ஊர்ந்தது. அவளுக்குக் கண்ணீர் பெருக்கெடுத்து வழிந்து கொண்டிருந்தது. அவ்வளவு குளிரிலும் அவள் வியர்த்திருந்தாள். கைகள் பின்னால் கட்டப்பட்டிருந்ததால் தோளிலிருந்து முந்தானை நழுவ முயன்றது. அதை கட்டுக்குள் வைக்கும் எத்தனிப்பில் ஒரு பக்கமாக சாய்ந்து நின்று கொண்டிருந்தாள். முட்டி வலித்தது. உடல் முழுதும் பரவிய அவமானத்தின் சூடு மனதைக் கொந்தளிக்க வைத்துக்கொண்டிருந்தது. ஆனால் அவளிடமிருந்து வெளிப்படும் ஒரு சொல் கூட அவனைக் கொன்றுவிடக் கூடுமென்பதால் மௌனத்தில் உறைந்திருந்தாள்.

அவர்களுக்கெதிரே நான்கு பேர் நாற்காலியில் உட்கார்ந்திருந்தார்கள். நான்கைந்து பேர் அவர்களைச் சுற்றி நின்று கொண்டிருந்தார்கள். ஊர் மொத்தமும் விழித்து கூடுவதற்காகக் காத்திருந்தார்கள்.

அவள் கணவன் வீட்டுத் திண்ணையில் உட்கார்ந்திருந்தான். தலை நிமிர்ந்து எல்லாரையும் பார்ப்பதற்கு அஞ்சுபவனைப் போல ஒடுங்கியிருந்தான். இருவரையும் மாறி மாறி அடித்திருந்ததில் ஆத்திரம் குறைந்து சமநிலைக்கு வர கொஞ்சம் நேரம் எடுத்தது.

இதை அவனால் எதிர்கொள்ள முடியவில்லை. அவனது தவறென்று இதில் எதுவுமே இல்லைதான். ஆனால் மனதின் ஆழமான ஒரு இடத்தில், தான் எங்கோ தோற்றுவிட்டதைப் போல் உணர்ந்தான். அந்தத் துயரத்தை கோபத்தின் வழியாக வெற்றிகொள்ள விழைபவனைப்போல் நடந்துகொண்டான். இல்லையென்றால் கைநீட்டி அடிப்பவன் இல்லைதான் அவன். அதனால்தான் அவனது உடல் இன்னும் நடுங்கிக் கொண்டிருக்கிறது. சுற்றி நிற்பவர்களின் முகங்களைப் பார்க்கக் கூசுகிறது. வீட்டின் உள்ளே சென்று, இருட்டு அறையில் பதுங்கிக்கொள்ள

வேண்டும் என்று கூட நினைத்தான். போக முடியவில்லை. எதுவும் செய்ய வழியற்ற பொழுதுகளில் ஆத்திரத்தின் சூட்டில் ஒளிந்துகொள்வது வசதியாக இருந்தது.

“நீ போயி திண்ணைல உக்காருடா... இப்ப அடிச்சி என்ன பண்ணுறது? மானம் போய்டுச்சு. அடிச்சா மட்டும் வந்துடப் போகுதா என்ன?” என்று அவனது அண்ணன்தான் அவனை சமாதானப்படுத்தினான்.

ஆனால் அப்படிச் சொல்லிவிட்டு, அவனும் அவர்கள் இருவரையும் அடிக்கத்தான் செய்தான். பெரிவர்களின் சமாதானம் ஒன்றும் எடுபடவில்லை.

“லே விடுங்கடா- செத்து கித்து போய்டப் போவுதுங்க. அவ அப்பன் வீட்டுக்கு ஆள் அனுப்பிட்டீங்கல்ல. விடுங்க. அவங்க வந்ததும் பேசிக்கலாம்” என்றது ஒரு பெருசு. அந்தப் பெண்ணைப் பார்க்க அவருக்கு ஒப்பவில்லை. தலை குனிந்தவாறே நாற்காலியில் சென்று அமர்ந்தார்.

“நாம இவ்ளோ மொரட்டுத்தனமா இருக்கதாலதான் நம்ம ஊருக்குப் பொண்ணு தர்றதுக்கே அவ்ளோ யோசிக்கிறானுங்க. கல்யாண வயசு தாண்டியும் எத்தன பயலுவோ இன்னும் தடிமாடாவே திரியிறானுவோ பாத்தீங்கல்ல. இதுல கட்டிட்டு வந்த பொண்ண மரத்துல வேற கட்டிப்போட்டீங்கன்னா என்னடா நடக்கும்? அந்தப் பொண்ண மொதல்ல அவுத்து விடுங்க. அது பண்ணியிருக்கது என்னவோ பெரிய தப்புதான். நான் இல்லன்னு சொல்லல. இருந்தாலும் அத இப்படி வாசல்ல கட்டிப்போட்டிருக்கிறது பெரிய குத்தமா என் மனசுக்குப் படுது ஆமாம்...” என்று தணிந்த குரலில் சொன்னார்.

“அந்த மானங்கெட்ட தேவடியாளுக்காக என்ன பரிதாபம் வேண்டிக்கிடக்கு” என்று மீண்டும் அடிக்கப் போனவனை தடுத்து நிறுத்தினார்.

“ஒண்ணு கெடக்க ஒண்ணு நடந்து போலீஸ் கேசு அது இதுன்னு ஆகிப்போச்சுன்னா எல்லாரும் போயி கைகட்டி நின்னு பதில் சொல்லணும். புரியுதா இல்லையா உனக்கு? இதுக்கு மேல என்ன ஒரு பொண்ணுக்கு அவமானமும் தண்டனையும் வேண்டிக்கிடக்கு? அவுத்து உடுங்க அத. வேணுமின்னா அங்கயே தரையில உக்காரட்டும். அவ்வளவுதான் நான் சொல்லுவேன்.”

சலிப்புற்றவரைப் போல் சொல்லிவிட்டு சுருட்டை எடுத்துப் பற்றவைத்துக் கொண்டார். நெளியும் புகையோடு தலையைத் திருப்பி வீட்டின் உள்ளே பார்வையை ஓடவிட்டார்.

“ஏ... கிழவி அவனுவோதான் ஆத்திரத்துல இப்படி நடந்துக் கிறானுவோன்னா நீ கூட ஒண்ணும் சொல்லாம இருப்பியா” என்று கேட்டார்.

அதுவரை முனகலாக வெளிப்பட்ட மாமியார்க் கிழவியின் ஒப்பாரி கூடுதல் வசையோடு தெருவை அடைந்தது. அவர்கள் இருவரும் மாட்டுத்தொழுவத்தில் தழுவிக்கொண்டிருந்ததைக் கண்டுபிடித்து ஓசை படாமல் வந்து மகனை எழுப்பிச் சொன்னவள் இல்லையா. தனது குடும்ப மானம் சந்திசிரித்துக் கொண்டிருப்பதைப் பாடலில் கொண்டுவர முயன்று மூக்கைச் சிந்திக்கொண்டிருந்தாள். உள்ளிருந்து வெளிப்படும் அவளது கண்ணீர்க் குரல் வெளியில் குருதியாக உருமாறிக்கொண்டி ருந்தது. மகன்களது கோபத்தைக் குன்றாமல் தக்கவைத்துக் கொண்டிருந்தது.

கொஞ்ச நேரம் ஒன்றும் நடக்காததால் அவரே சென்று அவளது கட்டை அவிழ்த்தார். பற்களில் கடித்திருந்த சுருட்டின் புகை அவளது முகத்தில் அடர்த்தியாகப் படர்ந்த போது, அவளுக்கு வயிற்றைக் குமட்டியது. கட்டை அவிழ்த்த நொடியில் கால்கள் தளர்ந்து, நிற்க முடியாமல் தரையில் மண்டியிட்டாள். ஓங்கரித்து வாந்தி வந்தது. வெறும் வயிற்றிலிருந்து வெளிவர ஒன்றுமில்லாமல் வயிறு மட்டும் குழிந்து அடங்கியது. தளர்ச்சியாக மரத்தில் சாய்ந்து முகத்தைத் திருப்பிக்கொண்டாள்.

கொஞ்சம் நகர முயன்றாலும் அடிப்பார்களோ என்ற அச்சம் அவளது உடலை நடுங்கச் செய்தது. அவமானத்தில் ஒடுங்கிய உடலை மேலும் குறுக்கி மரத்தில் சாய்த்துக்கொண்டாள். அவளது தோற்றத்தை கட்டப்பட்டிருந்தவன் ஓரக்கண்ணால் கவனித்தான். அவனது கண்கள் வாஞ்சையில் தவித்தன. ஓடிச்சென்று அவளைஅணைத்துக்கொள்ள வேண்டும் என்று தோன்றியது. அவன் எதையும் எதிர்கொள்ளத் தயாராக இருந்தான். அவளுக்கு யாராவது கொஞ்சம் தண்ணீர் தருவார்களா என்று ஏங்கினான். அவனுக்கும் தண்ணீர் குடிக்க வேண்டும் போல் இருந்தது. சுற்றி கண்களை ஓடவிட்டான். பெண்கள் யாருமே இல்லை. இந்த ஊருக்குப் பகலில் ஒருமுறை கூட அவன்

வந்ததில்லை. இதற்கு முன்பு வந்த இரண்டு முறையும் இரவில் தான் வந்திருக்கிறான்.

அதோ ஆவி படர்த்திக்கொண்டிருக்கும் அந்த வைக்கோல் போருக்குப் பின்னால் இருக்கும் தொழுவத்தில் வைத்துத்தான் இரண்டு முறையும் அவளைப் பார்த்துவிட்டுப் போனான். என்னை இங்கிருந்து அழைத்துக்கொண்டு போய்விடு என்றுதான் அவள் கண்ணீர் விட்டு அழுதாள். சத்தம் வராமல் இவனது தோளில் முகத்தைப் புதைத்துக்கொண்டு அவள் அழுதது பொறுக்கமாட்டாமல்தான் சொன்னான். "கொஞ்சம் பொறு, இதுக்கு ஒரு முடிவு கட்டலாம்" என்று.

அவளது திருமணத்துக்கு முந்தைய சந்திப்பில் அவள் அழுததை விட துயரம் மிக்கதாக இருந்தது அது.

"இங்க பாரு, எனக்கு இந்தக் கல்யாணத்துல கொஞ்சமும் இஷ்டம் இல்ல. நான் வாக்கப்பட்டு போனா கூட அங்க வாழமாட்டேன்னுதான் நினைக்கிறேன். என்ன நீயே கட்டிக்க. வர்ற பிரச்சினைய பின்னால பாத்துக்கலாம்" என்று அத்தனை முறை அவனிடம் சொல்லியிருக்கிறாள்.

"நான் என்ன உன்ன புடிக்கலன்னா சொல்றேன். என் பொண்டாட்டிய விடு. அவ ராட்சஷிதான். அவளுக்கும் என்ன விட்டா வேற யாரு இருக்கா? என்கூட வாழ மாட்டேன்னு அப்பன் வீட்டுக்குக் கோவிச்சிக்கிட்டு போனா கூட, பெருசா ஒண்ணும் கஷ்டப்படமாட்டா. ஆனா உங்கப்பாரு என்ன பண்ணுவாருன்னு யோசிச்சு பாரு. எனக்கென்ன வயலா வாய்க்காலா இருக்கு, சரிக்கு சமமா போட்டி போடுறதுக்கு. இல்ல வப்பாட்டி வச்சிகிட்டு தெம்பா திரியற அளவுக்கு சொத்து பத்து எதுவும் இருக்கா? நல்ல மனசு இருக்குன்னு நீ சொல்றதத் தவிர வேற என்கிட்ட என்ன இருக்கு?" இதைச் சொல்லும்போது அவனுக்குக் குரல் கமறியது.

அன்றைய சந்திப்பில் அந்தத் தனிமையும் இருட்டும், அவனது தோளில் படர்ந்திருந்த அவளது மிருதுவான கைகளும் அவனை நெகிழ்த்தி வீழ்த்தின. வதங்கிய கோரைபுல்லைப்போல் அவ்வளவு மென்மையாக இருந்தாள் அவள். ஈனும் தறுவாயில் இருக்கும் பசுவைப்போல் சீறும் மூச்சுடன் அவனைக் கட்டிக் கொண்டாள். அடர்த்தியான காற்றில் உரசிக்கொள்ளும் நெடிய பாக்கு மரத்தைப்போல் நெருக்கம் வசப்பட்டது.

அவளது வெற்று முதுகில் அன்று படர்ந்த சாணத்தின் வாசம் கல்யாணச் சடங்கின் புகை வாசத்தை மீறி அவள் மனதில் பீறிட்டுக்கொண்டே இருந்தது. இதோ இந்தப் புங்கமரத்தில் பிணைக்கப்படும்வரை அது அவளை அலைக்கழித்துக்கொண்டே இருந்தது.

மிகவும் சோர்வாக பொழுது விடியத்தொடங்கியபோது தெருவில் மீதமிருந்த ஆண்களும் பெண்களும் குழுமத் தொடங்கியிருந்தார்கள். என்ன நடக்கிறதென்று தெரியாமல் குழந்தைகள் விழித்தார்கள். கட்டப்பட்டிருப்பவனைப் பார்த்து மிரண்டார்கள்.

கொஞ்சம் வளர்ந்த சிறுமிகள் அம்மாவின் சேலை நிழலில் நின்றுகொண்டு அவனைக் கருணையோடு பார்த்தார்கள். முதல் முறையாக அவன் அஞ்சினான். அந்தக் கண்களைப் பார்க்கும் போது அவனுக்கு அழுகை வந்தது. தலைவிரிகோலமாக வரப்போகும் அவனது மனைவியை எதிர்கொள்ள முடியு மென்றும், ஆனால் இதே போன்ற அச்சமடைந்த கண்களோடு வரப்போகும் தனது மகனைப் பார்க்க முடியாது என்றும் நினைத்தான். தனது கட்டுகளை அவிழ்த்துவிட்டால், காயத்தை மறைத்துக்கொண்டால் மட்டுமே அவனைக் கண்கொண்டு பார்க்க முடியுமென்று நினைத்தான்.

இப்போது முனகக்கூட முடியாது என்று தெரிந்தது. தான் என்ன செய்திருக்கிறோம் என்பதன் ஆழம் தெரியாதவன் இல்லை அவனும். அவளை அழைத்துக்கொண்டு சடுதியாக ஊரை விட்டு வெளியேறிவிடாத தனது முட்டாள்தனத்தை எண்ணித் தன்னையே சினந்துகொண்டான். அவளாவது அவனைக் கண்டவுடன் அவனோடு நடக்கத் தொடங்கியிருக்க வேண்டும். சிறிய தழுவலும், பீறிட்ட கண்ணீரும், ஆறுதல் சொல்ல முயன்ற இவனது எத்தனமுமே இந்த நிலைக்கு ஆளாக்கிவிட்டிருக்கிறது. யாராவது இன்னொரு முதியவனின் கருணை மட்டுமே இந்த இறுக்கும் கட்டுகளைத் தளர்த்தும். காத்திருப்பதைத் தவிர வழியொன்றும் இல்லை.

கைகள் இறுகி ரத்தம் வருவது போல் இருந்தது. மொத்த உடலும் அசைவற்று மரத்துப் போயிருந்தது. ஆனால் வலியே தெரியவில்லை. இதோ கூனிக்குறுகி கண்முன் உட்கார்ந்திருப் பவளுக்காக இதை எல்லாம் சகித்துக்கொள்ள முடியும் என்று நினைத்தான். கட்டுண்ட கணம் முதல், அவள் இவனைத்

திரும்பிப் பார்க்காதது அவ்வளவு ஆறுதலாக இருந்தது. வேண் டாம், என்னைப் பார்க்காதே. பார்த்துவிடாதே. கண்ணை மூடிக்கொள். இன்னும் கொஞ்சநேரம்தான் என்று மனதுக்குள் சொல்லிக்கொண்டான். அவள் இவனது கண்களைப் பார்த்து விடக்கூடாது என்று சாமியிடம் வேண்டினான்.

கண்களை மூடினால் மயக்கம் வருவது போல் இருந்தது. யாரோ ஒரு பெண் அவளிடம் சென்று பேசுவது இவனுக்குக் கேட்டது. அவளைக் கைத்தாங்கலாக எழுப்பி கூட்டிக்கொண்டு போனாள். இரண்டு வீடுகள் தள்ளியிருந்த ஒரு ஓட்டு வீட்டின் திண்ணையில் உட்கார வைத்தாள்.

ஒரு பெண்ணின் அண்மை அவளுக்கு அவ்வளவு ஆறுதலாக இருந்தது. எதோ ஒரு கணத்தில் அவளைக் கட்டிக்கொண்டு வெடித்து அழுதாள். அழுகையின் அடர்த்திகூடி அப்படியே மயங்கி விழுந்தாள். அந்த இடத்தைப் பதற்றம் தொற்றிக் கொண் டது. பெண்கள் தண்ணீரோடு இங்குமங்கும் ஓடினார்கள். அவள் மயங்கி விழுந்தது மற்ற ஆண்களை அசைத்திருக்க வேண்டும். கூடியிருந்த ஆண்களின் மத்தியில் ஒரு சலசலப்பு எழுந்தது. சற்றே மயக்கம் தெளிந்தவள் அப்படியே திண்ணையில் சாய்ந்து படுத்துக்கொண்டாள்.

யாரோ ஒரு ஆள் திட்டிக்கொண்டே போய் அவனது கட்டு களையும் அவிழ்த்துவிட்டான். கயிறு அவ்வளவு இறுகிப் போயிருந்தது. அவனது விலாவில் கையைக் கொடுத்து உந்திக்கொண்டே முடிச்சை அவிழ்த்தான். கட்டப்பட்டிருப்பவன் வலுவானவன் என்பது அவனுக்குப் புரிந்தது. பூஞ்சையான நான்கு பேர் இவனை எப்படி எளிதாகக் கட்டிவைத்தார்கள் என்று அதிசயித்துக்கொண்டே அவனை அங்கிருந்த ஒரு கல்லில் உட்கார வைத்தான். தண்ணீர் கொடுத்த போது, அவன் மிகவும் தயங்கியபடியே அதை வாங்கி அண்ணாந்து உதட்டில் படாமல் குடித்தான். பிறகு தலை குத்தி அப்படியே உட்கார்ந்து கொண்டான்.

சுற்றியிருந்த ஆட்கள் கலைவதும் பின்பு கூடுவதுமாக நேரம் நீண்டது. பொழுது நன்றாகப் புலர்ந்தபோது, அவளது அப்பன் வீட்டுக்கு செய்தி சொல்லப் போனவன் திரும்பி வந்திருந்தான்.

"அவளை என்ன வேணாலும் செஞ்சிக்கங்க. அங்கயே வெட்டிப் பொதைச்சாலும் எனக்குக் கவலை இல்லை" என்று

இவனது திசையை நோக்கி அவர் காறித் துப்பியதாக அவன் சொன்னபோது கூடியிருந்தவர்கள் அதிர்ச்சியடைந்தார்கள். இது அவர்கள் எதிர்பாராததாக இருந்தது. அவர் நாக்கைப் பிடுங்கிக் கொள்வது போல் கேட்பதற்காக உருவாக்கி வைத்திருந்த கேள்விகளை என்ன செய்வது என்று தவிப்பது போல் இருந்தது அவர்களது குழப்பம்.

இந்த சகிக்க முடியாத மௌனம் பத்ரகாளியைப்போல் வந்து சேர்ந்த அவனது மனைவியின் உக்கிரத்தில் நொறுங்கியது.

மகன் அவளது நடைக்கு ஈடுகொடுக்க முடியாமல் கிட்டத்தட்ட ஓடி வந்துகொண்டிருந்தான். செருப்பில்லாத சிறிய பாதங்களில் புழுதியேறியிருந்தது. அழுகையை அடக்கிக்கொண்டு அவன் ஓடிவந்திருப்பது கண்களில் தெரிந்தது. அவளது அப்பாவும் மகளோடு வந்திருந்தார். தூரத்தில் மெல்ல நடந்து வந்து கொண்டிருந்தார்.

அவளது கறுத்த உடலில் வியர்வை மினுங்கிக்கொண்டிருந்தது. எண்ணெய் வைத்து சீவப்படாத முடிக்கற்றைகள் காற்றில் பறந்து கொண்டிருந்தன. ஒன்றிரண்டு கற்றைகள் வியர்வை வழியும் முகத்தில் ஒட்டியிருந்தன. கூட்டத்திற்கிடையில் வந்து நின்றவள், ஒரு கணம் எல்லாரையும் பார்த்தாள். அந்தப் பார்வையின் அனலைக் கண்டவர்கள் கொஞ்சம் துணுக்குற்றார்கள். தலை குனிந்து உட்கார்ந்திருக்கும் கட்டியவனைப் பார்த்தாள். பகீரென்றிருந்தது. யாரும் விளக்கமெல்லாம் சொல்லத்தேவை யில்லை அவளுக்கு.

“யோவ், என்ன பண்ணி வச்சிருக்க என் பாவி மவனே” என்று கிழிந்திருந்த சட்டையைப்பிடித்து உலுக்கினாள். அவன் தலை நிமிரவே இல்லை. மகனின் நடுங்கும் கால்கள் அவன் கண்களுக்குத் தெரிந்தது. என்ன நடந்தாலும் தலை நிமிரக் கூடாது என்று கங்கணம் கட்டிகொண்டவனைப்போல் அமர்ந் திருந்தான்.

சட்டையைப் பற்றியிருந்தவளின் கையில் படிந்த ரத்தக்கறை அவளை உலுக்கியது. கொஞ்சமாக தலையை நிமிர்த்திப் பார்த் தாள். பொத்தென்று அவனது தலையை விட்டுவிட்டு, “தாத்தா கிட்ட போடா” என்று மகனை இழுத்துவிட்டாள். அவன் ஓடிச்சென்று அவரது கால்களைக் கட்டிக்கொண்டான்.

கூட்டத்தில் தயக்கத்தோடு நின்று கொண்டிருந்த ஒரு வயசாளியைப் பார்த்து மிகவும் தீர்க்கமான குரலில் கேட்டாள்.

"இதுக்கு மேல என்ன பண்ண போறீங்க சொல்லுங்க?"

அவருக்கு பதில் சொல்லத் தெரியவில்லை. மெல்லத்திரும்பி அந்த வீட்டின் சகோதரர்களைப் பார்த்தார். அவர்கள் ஒருவர் முகத்தை ஒருவர் பார்த்துக் கொண்டிருந்தபோது, கட்டியவனிடம் சென்று, "எழுந்திரு, போகலாம்" என்றாள். அவன் தலையை நிமிர்த்தவே இல்லை.

அவளுக்கு ஆத்திரம் பொங்கியது. வெடிக்கும் அழுகையோடு, "ஏன் வர மாட்ற? இங்கயே அடிபட்டு சாகப்போறியா" என்று கேட்டாள். அந்தக் குரலில் இருந்த துயரம் எல்லோரது நெஞ்சையும் தொட்டது. அவளது அழுகைக்குப் பின்புதான் முதல்முறையாக கட்டுண்டிருந்தவனை மனிதனைப்போல பார்த்தார்கள். தலை கவிழ்ந்து கிடக்கும் அவனது ஆகிருதியை கவனித்தார்கள். அந்த இருப்பைப் பரிசீலித்தார்கள்.

அவளுக்குப் புரிந்தது. செத்தாலும் அவளை அப்படியே விட்டுவிட்டு அவன் இந்த இடத்தை விட்டு நீங்கப்போவதில்லை என்று புரிந்தது. அந்தப் பெண் எங்கே என்று கேட்டாள். அவர்கள் சொன்னபோது, அவளை நோக்கி அவள் நடந்த நடையில் தெரு அதிர்ந்தது.

அவளது கையைப்பற்றி கிட்டத்தட்ட இழுத்துக்கொண்டு வந்தாள். "இவ எங்கூரு பொண்ணு, நான் இவளையும் என்கூட கூட்டிட்டு போறேன். இதுக்கு மேல நீங்க எதும் பேசணும்னா, நாலு பெரிய மனுசங்கள கூட்டி அங்க வச்சி பேசிக்கலாம். என்ன சொல்றீங்க?" என்று கேட்டாள்.

"இனி பேசுறதுக்கு ஒண்ணும் இல்ல. அந்தத் தாலியை கழட்டி குடுத்துட்டு போய்ட்டே இருக்க சொல்லு. பேச்சு என்ன பேச்சு வேண்டி கெடக்கு இனிமே" என்று அருவருப்பான வசை யொன்றை உதிர்த்தான் அவளது புருஷன்.

இவ்வளவு நேரம் ஆக்ரோஷமாக பேசிக்கொண்டிருந்தவள் இந்த பதிலில் தடுமாறினாள். ஆனால் உடலில் அந்த பதற்றத்தைக் காட்டாது, "அதெல்லாம் அங்க வச்சி பேசிக்கலாம்" என்றாள். பேசிக்கொண்டிருக்கும்போதே நிற்பவர்களைத் தாண்டி அவன்

திமிறிக்கொண்டு இவளருகில் வர முயன்ற போது, தளர்ந்து நின்ற அந்தப் பெண் கொஞ்சமும் தயங்காமல் மெல்ல தாலியைக் கழற்றி அந்தப் புங்க மரத்தின் உடைந்த கிளையில் மாட்டினாள். கூட்டத்தைக் கடந்து நடந்தாள்.

அவள் நடப்பதைப் பார்த்தவுடன் அவனும் மெல்ல எழுந்தான். ஆனால் குனிந்த தலை மட்டும் நிமிரவில்லை. ரத்தக்கறை படிந்த சட்டையைக் கழற்றி வீசினான். அதுவரை தாத்தாவின் காலைக் கட்டிக்கொண்டிருந்த சிறுவன் ஓடிச்சென்று அப்பனின் கையைப் பிடித்துக்கொண்டு அண்ணாந்து அவனது முகத்தைப் பார்த்தான். சிறுவன் பார்க்கும் விதத்தைப் பார்த்த அப்பனுக்கு சட்டென்று கண்ணீர் துளிர்த்தது. அப்படியே அவனைத் தூக்கி தனது தோளில் வைத்துக்கொண்டான். கால்களில் கொஞ்சமும் நடுக்கமில்லாமல் குனிந்தவாறே நடந்தான்.

அவர்கள் மெயின்ரோட்டை அடைந்தபோது பொழுது நன்றாக விடிந்திருந்தது. எப்போதாவது வரும் ஒரே பஸ்ஸுக் காகக் காத்திருக்க முடியாது என்று நினைத்தாள். செய்தி கேட்ட கணத்தில் தொடங்கிய பதற்றமும் ஆத்திரமும் குறைந்து பெருந்துயரமாக இப்போது மாறிவிட்டிருந்தது. ஒரே ஒரு முறை கணவனின் முகத்தை உற்றுப்பார்த்தாள். அவனிடம் கேட்பதற்கோ, சொல்வதற்கோ ஒன்றுமே இல்லை.

சந்தைக்குக் காய்கறி ஏற்றிக்கொண்டு செல்லும் வேன் ஒன்றை கைகாட்டி நிறுத்தினார் பெரியவர். முன்பக்கம் கூட்டத்தால் நிறைந்திருந்தது வண்டி. பாதி வண்டி வரை காய்கறிகளால் நிறைத்திருந்த பின்பக்கத்தில் மெதுவாக காலை ஊன்றி ஏறிக் கொண்டார். அவள் சிறுவனைத்தூக்கி அவரிடம் கொடுத்தாள். அவளும் ஏறிக்கொண்டாள். கொஞ்சமாக கண்ணீர் துளிர்த்தது அவளுக்கு. முகம் மொத்தத்தையும் துடைத்துக்கொள்வது போல் கண்ணீரையும் துடைத்துக்கொண்டு தயங்கி நின்று கொண்டிருந்தவளிடம் “வா... வந்து வண்டியில ஏறு” என்று சொன்னாள். அவன் கடைசியாக ஏறிக்கொண்டான். வண்டி ஓடத்தொடங்கியபோது குளிர்ந்த காற்று முகத்தில் மோதியது. தாத்தாவின் நெஞ்சுக்குள் சிறுவன் பதுங்கிக்கொண்டான்.

மகிழம்பூ

"ஏய் எழுந்திட்டியா, வா... வா..." என்றாள் அக்கா. அவளைப் பார்ப்பதற்கு இவளுக்குக் கூசியது. மெலிதாக நகைத்துவிட்டு அவளைக் கடந்து கொல்லைப்புறத்துக்கு நடந்தாள். கொஞ்சம் நில்லு என்று சொல்லிவிட்டு, தலையில் வதங்கியும் பாதி உதிர்ந்து, மீதி உதிராமலும் இருந்த பூச்சரத்தை மெதுவாகப் பிரித்து எடுத்துவிட்டு, "சரி இப்ப போ" என்றாள்.

"எதையும் தொடாதம்மா, அப்படியே பாத்ரூம்ல போய் எல்லாத்தையும் கழட்டிப் போட்டுட்டு குளிச்சிட்டு வா" என்றாள் அத்தை. மேலிருந்து கீழ் வரை ஒரு ஊடுருவும் பார்வையை ஓட விட்டாள். "நீ குளிச்சிட்டு வா, துணியல்லாம் அப்பறமா நாங்க துவைச்சிக்கிறோம்" என்றாள்.

குளியலறையில் வெந்நீர் இருந்தது. வெளியே அடுப்பில் இன்னும் தயாராகிக்கொண்டிருந்தது. யாராவது ஒருவர் குளித்துக்கொண்டே இருந்தார்கள். அடுத்தது குளிக்கத் தயாரான யாரையோ "பொண்ணு குளிக்கிறா, நீ அப்புறம் குளிக்கலாம் போ" என்று சித்தி துரத்திக்கொண்டிருந்தது கேட்டது.

நிறைய மொண்டு மொண்டு குளித்தாள். வெந்நீர் அவ்வளவு இதமாக இருந்தது. இடைவிடாமல்

வெந்நீரை ஊற்றிக்கொண்டே இருக்கவேண்டும் போல் தோன்றியது. தொடர்ந்து ஆட்கள் குளித்துக் கொண்டிருந்ததால் அந்த அறையே நீராவி மூட்டமாக இருந்தது. சோப்பு போடும்போது வியர்த்தது.

தலையைத் துவட்டிக்கொண்டு வெளியில் வரும்போது சட்னி அரைத்துக்கொண்டிருந்த அம்மா தலையை நிமிர்த்திப் பார்த்தாள். எப்போதும் போலவொரு தணிவான பார்வை. வேகமாக நடந்து உடைமாற்றச் சென்றாள். பீரோவில் இருந்து அவளுக்குப் பிடித்த அந்த மஞ்சள் கலர் புடவையை வெளியில் எடுத்தபோது அக்கா அறைக்குள் வந்தாள்.

"என்னடி, எங்கையோ கிளம்புற மாதிரி பரபரப்பா இருக்க?" என்று சொல்லிக்கொண்டே நெருங்கி வந்து தலையைத் தொட்டாள். ஏதோ கேட்க வேண்டும் என்று நினைத்து பிறகு ஒன்றும் கேட்காமல் கொஞ்சம் நேரம் உற்றுப் பார்த்துவிட்டு வெளியில் போனாள். இவள் கிளம்பி ஹாலுக்கு வந்தாள்.

வீடு முழுக்க, கல்யாணக் களையின் சுவடு அப்படியே இருந்தது. எல்லோரும் அலைச்சலின் சோர்வோடு தூங்கிவழிந்து கொண்டிருந்தார்கள். அப்பாவின் முகத்தில் நிம்மதியும், மகிழ்ச்சியும் கலந்ததொரு உணர்வு தேங்கியிருந்தது.

கல்யாணத்துக்கு நேற்று வரமுடியாதவர்கள், வந்து விசாரித்துக் கொண்டிருந்தார்கள். அப்பா அவர்களை வரவேற்று உப சரித்துப் பேசிக்கொண்டிருந்தார். குழந்தைகள் வீடெங்கும் ஓடிக்கொண்டிருந்தார்கள். பூ மற்றும் சந்தன மணம் எங்கும் நிரம்பியிருந்தது. சுண்ணாம்பு, சந்தனக் கரையோடு இரண்டு ஜமுக்காளமும் மூன்று பெரிய பாய்களும் சுவரோரம் சுருட்டி வைக்கப்பட்டிருந்தன.

அவிந்த இட்லியின் மணம், பசியைத் தூண்டியது.

"இந்தா இந்த காப்பிய கொண்டுபோய் அவருக்குக் கொடு" என்று சித்தி ஒரு டபரா செட்டை அவள் கைகளில் திணித்தாள்.

"அவரு இன்னும் எழுந்திருக்கல சித்தி..."

"அப்படியா, சரி நீ குடி..."

"இல்ல சித்தி. நான் சாப்ட்டுர்றேனே. எனக்குப் பசிக்கிது..."

“அது தப்புடி. பசிச்சா இந்த காப்பியக் குடி. அவரு எழுந் தொன்ன சேந்து சாப்பிடலாம்.”

“இல்ல. அவரு எழுந்திருக்க லேட்டாவும். நான் சாப்பிட்டுட்டு கொஞ்ச நேரம் ஆபீஸ் போயிட்டு வந்திடுறேன். ஒரு சின்ன வேலை இருக்கு. போயே ஆகணும்.”

“என்னடி இது இன்னக்கி போய் ஆபீஸ் போவணுன்கிற” என்றவளிடம், “இல்ல சித்தி ஒரு சின்ன வேலை பெண்டிங் இருக்கு. மத்தியானம் சாப்பிடுறதுக்குள்ள வந்துடுவேன்” என் றாள். சித்தி ஏதோ சொல்ல முயன்றாள்.

“பரவால்ல சித்தி, அவ போயிட்டு வரட்டும்” என்று அடுக் களையில் இருந்து அக்காவின் குரல் கேட்டது. சித்தி கீழே கிடந்த துண்டு ஒன்றைக் குனிந்து எடுத்துக்கொண்டு உட்பக்கம் நடந்தாள்.

நிதானமாக ஆனால் வேகமாக சாப்பிட்டாள். தூங்கி எழுந்து வெளியில் வந்த மாப்பிள்ளையின் அண்ணனும் அண்ணியும் வாஞ்சையாகப் பார்த்து சிரித்தார்கள். அவர்களிடமும் சொல்லி விட்டுக் கிளம்பினாள்.

அப்பா “எங்கம்மா அதுக்குள்ள?” என்றார். சொன்னவுடன், “தனியா போவேணாம், இரு, தம்பிய கொண்டுவந்து விடச் சொல்றேன்” என்றார்.

“இல்லப்பா, பரவால்ல” என்று சொல்லி விட்டு ஸ்கூட்டியை எடுத்தாள்.

தெருவைக் கடக்கும்போது, “என்னடியவ அதுக்குள்ள வண்டி யில கிளம்பிட்டவ, வீட்டுக்கு வந்து பாப்போம்னு நினைச்சேன்” என்று பைப்பில் தண்ணீர் அடித்துக்கொண்டிருந்த பெரியம்மா கேட்டாள்.

“ஏன், காலைலேருந்து வர முடியலையா உனக்கு. தோ, இப்ப வந்திடுவேன். நீ வீட்ல இரு” என்றாள்.

பிரதான சாலையை அடைந்தவுடன், வாகனங்கள் வரிசை யுடன் இணைந்துகொண்டாள். செல்லும் வழியில் அலுவலகக் கட்டிடத்தைக் கடக்கும்போது சற்றே வண்டியை நிறுத்தி பார்வையை ஓடவிட்டாள். தெரிந்தமுகம் எதுவும் கண்ணில்

தென்படவில்லை. இரண்டு கிலோமீட்டரில் பஸ் ஸ்டான்ட். வண்டியை ஸ்டாண்டில் போட்டுவிட்டு நுழைந்தபோது நிறைய பஸ்கள் வரிசையாக நின்றன.

அமைதியாகப் பிரயாணிக்க வேண்டும் போல் தோன்றியது. கூட்டம் குறைவாக இருந்த பழைய அரசுப்பேருந்து ஒன்றின் சன்னலோர இருக்கையில் சென்று அமர்ந்துகொண்டாள்.

திர்... திர்... என்று கால்கள் அதிர வண்டி நின்று கொண்டிருந்தது. கொஞ்சமாய் தலையை ஜன்னல் கண்ணாடியில் சாய்த்துக் கொள்ளலாம் என்று நினைத்தாள். உதறல் அதிகமாக இருந்ததால் முடியவில்லை. முன்னிருக்கை கம்பியில் குனிந்த வாறு தலையை சாய்த்துப் பார்த்தாள், அதுவும் வசதியாக இல்லை. நன்றாக சாய்ந்து உட்கார்ந்துகொண்டு வெளியே வேடிக்கை பார்க்கத் தொடங்கிய கொஞ்ச நேரத்தில் வண்டி புறப்பட்டது.

தூக்கம் வருவது போல் இருந்தது. மெல்லிய சரீரமுடையை ஒரு பெண் வந்து அருகில் அமர்ந்தாள். சிநேகமான புன்னகை. அவள் வந்து அமர்ந்தது ஆறுதலாகத் தோன்றியது. வண்டி ஓடத் தொடங்கியவுடன், ஏதோ ஒன்றிலிருந்து துண்டித்துக்கொள்வது போல் இருந்தது. இதொன்றும் புதிதல்ல. எப்போதும் தோன்றுவதுதான். இதோ இந்தப் பேருந்து போய் நிற்கும் வரை உள்ள ஒரு மணிநேரம் முழுக்க நம்முடையது. பயணங்களில்தான் இது வாய்க்கிறது. நினைவுகள் உள்நோக்கித் திரும்பின. உடல் முழுதும் ஒரு குதூகலம் படர்ந்து அடங்கியது.

மணி பத்தாவதற்கு அரைமணி நேரம் இருக்கும்போது பேருந்து இவள் இறங்க வேண்டிய இடத்தை அடைந்தது. காற்றில் கலைந்த தலைமுடியை சரிசெய்து கொண்டு பஸ்ஸை விட்டு இறங்கினாள். தலையைக் கொஞ்சமாய் நிமிர்த்தி மேற்குப் பக்கமாய் பார்த்தபோது ஓங்கி உயர்ந்த கோவிலின் கோபுரம் கண்ணுக்குத் தெரிந்தது. மெல்ல நடந்து, பெரியகோவிலை அடைந்தபோது, ஆட்கள் வரத் தொடங்கியிருந்தார்கள். பெரிய கூட்டம் ஒன்றுமில்லை. நந்தி இருக்கும் இடத்தை அடைந்த போது, கோவிலின் பிரம்மாண்டம் கூசியது. பெரிய கேமரா வோடு, ஒரு வெள்ளைக்காரக் கிழவி கோபுரத்தை அண்ணாந்து பார்த்துக் கொண்டிருந்தாள். மெல்லிய காட்டன் துணியிலும் அவளுக்கு நிறைய வியர்த்து, துணி உடலோடு ஒட்டியிருந்தது.

ஜி. கார்ல் மார்க்ஸ்

அவளது பருத்த முலைகள் பெருஞ்சுமையைப்போல் ஆடிக் கொண்டிருந்தன. இடது புறமாக பிரகாரத்தை சுற்றிக்கொண்டு, கோவிலின் பின்புறத்தை அடைந்தாள்.

நிறைய புற்கள் வளர்ந்து அருமையாகப் பராமரிக்கப்பட்டிருந்தது கோவில். நல்ல நிழல். வெண்பூக்கள் உதிரும் நிறைய மரங்கள் இருந்தன. காலை நேரம் என்பதால், வெய்யில் அவ்வளவாகத் தெரியவில்லை. மெலிதான குளிர்ச்சியும், நல்ல மணமுமாக அந்த சூழல் அவ்வளவு ரம்மியமாக இருந்தது. உட்கார்ந்த இடத்திலிருந்து பார்த்தால் பிரகார வழியில் ஆட்கள் வருவது தெரியும்படியான இடத்தில் இருந்த ஒரு மகிழம்பூ மரத்தினடியில் அமர்ந்து கொண்டாள். சுற்றி வர ஆட்கள் யாருமில்லை.

அவளைக் கடந்து சென்ற முதியவர் ஒருவர், மிக ஆழமாக அவளைப் பார்த்தது விந்தையாக இருந்தது. உடலைத் தடவும் பார்வைகள் ஒன்றும் அவளுக்குப் புதிதில்லையே. எல்லாப் பெண்களையும் போல இவளுக்கும் பழகியதுதானே. ஆனால் ஏதோ ஒன்று அவருக்கு வித்தியாசமாகத் தோன்றியிருக்கவேண்டும் என்ற இயல்பான உள்ளுணர்வு அவளை யோசிக்க வைத்தது.

அட, இந்தத் தாலிதான். புத்தம் புதிதான, சந்தனமும் குங்குமமும் கொஞ்சமும் உதிராத மாங்கல்யம். மொத்தமான சரடும், அதன் முடிச்சும் சொல்கிறதே புத்தம் புதிய தாலி என்று. பெரியவரை அதுதான் குழப்பியிருக்க வேண்டும். சுற்று முற்றும் பார்த்தார், அவரது கண்களுக்கு அருகாமையில் யாரும் தட்டுப்படவில்லை.

அவர் கொஞ்ச தூரம் போகட்டும் என்று நினைத்தாள். அவர் அடுத்த மரத்தைத் தாண்டி, படியைவிட்டு இறங்கும்போது மீண்டும் ஒருமுறை அவள் இருந்த பக்கம் பார்வையைத் திருப்பினார். அது ஒரு இயல்பான உந்துதல் என்று தோன்றியது. தனித்த ஒரு பெண், அதுவும் புத்தம் புது தாலியோடு என்பது, முதியவர்தான் என்றாலும் ஒரு ஆணை சஞ்சலத்துக்குள்ளாக்கு கிறது. ஏன் என்ற கேள்வி அவரை வாட்டுகிறது. தவிக்கிறார். அவள் அதை ரசித்தாள். கிழவர் முழுவதும் பார்வையில் இருந்து மறைந்தவுடன், மெதுவாகத் தாலியைக் கழற்றி கைப்பையில் வைத்துக்கொண்டாள்.

நேரம் மெல்ல நகர்ந்தது. இரண்டு மகிழம்பூக்கள் மடியில் உதிர்ந்தன. எடுத்து விரலில் வைத்து உருட்டிப் பார்த்தாள். முகர்ந்

தாள். சுகந்தம் என்றுமில்லாமல், உறுத்தாமலும் இருந்தது அதன் மணம். கொஞ்ச தூரத்தில் இரண்டு குழந்தைகள் சத்தத்துடன் விளையாடிக்கொண்டே ஓடிவந்தன. அவர்களது பெற்றோர் கொஞ்சம் தள்ளி மெதுவாக நடந்துவருவது தெரிந்தது. சிறியவள் பெண். மூன்று வயது இருக்கும். அவளைச் சுற்றி ஓடியது. ஐந்து வயதுப் பெரியவன் விளையாட்டாக அவளைப் பிடிக்க ஓடினான். இரண்டும் மரத்தையும் அவளையும் சுற்றிச் சுற்றி ஓடியது. நான்கு தளிர்க் கால்களை அவள் பார்த்துக்கொண்டே உட்கார்ந்திருந்தாள். அது அவ்வளவு அழகாக இருந்தது.

முப்பது நிமிடம் கழிந்திருக்கும். தூரத்தில் அவன் வருவது தெரிந்தது. மனது பரபரவென்று தவித்தது. இந்தப் புல்தரை, மடியில் உதிரும் மகிழம்பூ, ஹோவென விரிந்துகிடக்கும் இந்தக் கோவில் எல்லாவற்றிற்கும் உயிர் வந்தது போல் தோன்றியது. ஆனால் ஆட்களைப் பற்றிய பிரக்ஞை அற்றுப்போனது அவளுக்கு. அவன் நெருங்க நெருங்க காதில் ஒலித்த குழந்தைகளின் விளையாட்டுக் கூக்குரல்கள் கூட மெல்லத் தேய்ந்து அடங்கின. அவனது உருவம், அவள் மனதெங்கும் வியாபித்தது. அவன் அவள் எதிரில் அமர்ந்தான். எதுவும் பேசவில்லை இருவரும். அவள் தரையிலிருந்த புற்களை கோதிக்கொண்டிருந்தாள். உடல் மெலிதாக நடுங்கிக்கொண்டிருந்தது.

காற்றில் மிதக்கும் இந்த ஸ்பரிசம் தரும் இன்பம்தான் இவளை இங்கு வர வைத்திருக்கிறது. அவனுக்கும் இந்தச் சந்திப்பு புதிராக இருந்தது. அவளது குறுஞ்செய்தியை நள்ளிரவில் பார்த்தபோது அவனுக்கு ஆச்சர்யமாகத்தான் இருந்தது. அவளைப் பார்த்து ஒரு வருடம் இருக்குமே. கடைசியாக அவளைப் பார்த்தது நினைவுக்கு வந்தது.

சிறுவனாக இருந்த காலம் முதல் விடுமுறையென்றால் மாமா வீடுதான். மாமா வீட்டிலிருந்து மூன்று வீடு தள்ளி அவள் வீடு. போன வருடம்தான் மாமா மாற்றலாகி வேறு ஊருக்குப் போனார். பொருட்களை எல்லாம் ஏற்றி அனுப்பிவிட்டு, இவனும் காரில் கிளம்பிய அன்றுதான் அவளை கடைசியாகப் பார்த்தது. தெருவின் பாதி தூரம் வந்துவிட்ட காரை சட் டென்று நிறுத்தி இறங்கி ஓடினான். அவள் வீட்டில் போய், எங்கே அவள் என்று கேட்டபோது, கண்களைத் துடைத்துக் கொண்டு பதற்றமாக அறையைவிட்டு வெளியில் வந்தாளே அது

ஏன்? தனது அறையின் சன்னலிலிருந்து கார் புறப்படுவதைப் பார்த்தவளுக்கு ஏன் வெளியில் வர வேண்டும் என்று தோன்ற வில்லை?

எல்லாவற்றையும் விட மாமா அந்த ஊரிலிருந்து மாற்றலாகி வந்தவுடன், இவளைப் போய் பார்க்கும் தைரியம் ஏன் தனக்கு வரவே இல்லை என்று நினைத்தான்.

மனதின் ஓரத்தில் ஒரு கரை உடைவதைப் போல் இருந்தது. அவள் தனது நரம்பில் ஊடுருவுவது போல் அவனுக்குத் தோன்றியது. குனிந்தே இருப்பவளின் முகத்தை நிமிர்த்தி அவள் கண்களைப் பார்க்கவேண்டும் என்று நினைத்தான். எப்போதும் தளும்பிக்கொண்டே இருக்கும் மனம் ஏன் இவளைப் பார்த்த வுடன் இவ்வளவு சாந்தமடைகிறது?

“எப்படி இருக்கே” என்றாள். கண்கள் ஆர்வத்தில் மின்னின. “வரமாட்டியோன்னு நினைச்சேன். நீ எங்க இருக்கேன்னு கூட எனக்குத் தெரியாது. பைத்தியம் இல்ல நானு? எந்த நம்பிக்கையில இங்க வந்து உக்காந்திருக்கேன்னு தெரியல.

ஆனா நீ வருவேன்னு எனக்கு தோணுச்சு. ஒரு புள்ளியா உன்ன தூரத்துல பாக்கும்போதே, அது நீதான்னு எனக்குத் தெரிஞ்சுது தெரியுமா?”

இதைச் சொல்லும்போது குரல் கமறுவது போல் இருந்தது.

மீண்டும் குனிந்து கொண்டாள். இதுவல்ல இவனிடம் சொல்ல வந்தது. இதற்காக அல்ல இங்கு வந்தது. நீண்ட நாட்களாக அடக்கி வைத்து கொஞ்சம் கொஞ்சமாய் அடர்த்தி கூடிய கோபம் எங்கே போனதென்று அவளுக்கு ஆச்சர்யமாக இருந்தது. இவனைக் கண்டவுடன் ஏன் இவ்வளவு தடுமாறுகிறோம் என்று நினைத்தாள். அவ்வளவு காதல் இருந்தது இவன் மீது. அவ்வளவு அற்புத கணங்கள் இருந்தன இருவருக்கும். சொல்லியிருக்கலாம். அவனாவது சொல்லியிருக்கலாம். ஒரு பெண் தனது காதலை வெளிப்படுத்தும் அதிகபட்ச சாத்தியங்களை அவள் அவனுக்கு வெளிப்படுத்தியிருக்கிறாள். அவன் ஏன் அதை நிராகரித்தான் என்று அவளுக்குப் புரியவில்லை. அவனுக்கு ஏன் அவ்வளவு தயக்கம் இருந்தது என்று தெரியவில்லை. என்ன எதிர் பார்த் தான் அவன்?

ஆனால் இனி பூட்டி வைக்க முடியாது. இதைப் பூட்டி வைத்துக்கொண்டு காலமெல்லாம் மறுகிக்கொண்டிருக்க முடியாது. இது எவ்வளவு அபத்தம் என்றாலும் இப்போது இதை அவனிடம் சொல்லிவிட வேண்டும் என்று நினைத்தாள். நான் உன்னைக் காதலித்தேன் என்று அவனிடம் சொல்லவேண்டும். உன் நிராகரிப்பின் வலியால் கனன்றெரியும் கோபத்தோடு நான் கல்யாணமும் செய்துகொண்டேன் என்று சொல்லவேண்டும். சொல்லிவிட்டு விடுவிடுவென நடந்து கோவிலை விட்டு வெளியேற வேண்டும் என்று நினைத்துத்தான் வந்திருந்தாள்.

கைப்பையைத் திறந்து சிறிய பாட்டிலில் இருந்த தண்ணீரைக் கொஞ்சம் குடித்தாள். அவனுக்கு வேண்டுமா என்ற போது தலையை சாய்த்துக்கொண்டு வேண்டாம் என்று அவளைப் பார்த்து சிரித்தான். அந்த சிரிப்பை அவள் கூர்ந்து பார்த்தாள். அந்தக் கணம் அவனை முத்தமிட வேண்டும் என்று தோன்றியது. கட்டிக்கொள்ள வேண்டும் என்று தோன்றியது. இப்போதாவது அதைச் செய் என்று மனம் துரத்தியது. அமைதியாக அமர்ந்திருந்தாள்.

அவன் தீர்க்கமாக அவளைப் பார்த்தான். அவள் உள்ளுக்குள் நெகிழ்வதை அவனது ஆன்மா உணர்ந்தது. மனம் தத்தளித்தது. அவள் உடல் தனியே பிரிந்திருப்பது போன்றும் ஆனால் அது அவன் உடலின் ஒரு பகுதி என்பது போன்றும் வேதனை வாட்டியது. மூச்சு சீரற்று உடல் அதிர்வதை உணர்ந்தான். தான் உணராத அல்லது உணர்ந்தும் இதுநாள் வரை ஏற்றுக்கொள்ளாத அற்புதத் தருணம் இதுதான் என்று மனம் கெஞ்சியது. மெல்ல அவளது கைகளைப் பற்றிக்கொண்டான். அந்த மென்மை, அவ்வளவு கூராக, அவ்வளவு வேகமாக இதயத்தின் சுவர்களில் மோதியது. சுற்றுமுற்றும் பார்த்தான். முதலில் முத்தமிடலாமா அல்லது சொல்லிவிட்டு முத்தமிடலாமா என்று ஒரு சிறுவனைப் போல் பரிசீலித்தான். அது அவ்வளவு அற்புதமாக இருந்தது.

கைகளை அவள் பிரித்துக்கொள்ள முயலவே இல்லை. மெல்ல அதிலொரு அழுத்தம் கொடுத்தவுடன் அவன் அவளருகில் நெருங்கி அமர்ந்துகொண்டான். அந்த ஸ்பரிசம் அவனுக்குத் திகைப்பூட்டுவதாக இருந்தது. அவள் தோளில் தலையை சாய்த்துக்கொண்ட போது அந்தக் குளிர்ச்சி கண்ணீர் துளிர்க்கச் செய்வதாக இருந்தது. அவளை முத்தமிட முயன்றபோது ஒரு கசந்த புன்னகையோடு, ஒரு நிமிடம் என்று சொல்லிவிட்டு

கைப்பையில் இருந்த தாலியை எடுத்து அணிந்து கொண்டாள். அவனுக்குக் குழப்பமாக இருந்தது. என்ன இது என்று குழறினான்.

அவள் மௌனமாக தலையைக் குனிந்தபடி அமர்ந்திருந்தாள். அவள் கன்னங்களை இரு கைகளாலும் அழுத்தமாகப் பற்றி நிமித்தினான். அவள் கண்கள் கலங்கியிருந்தன.

ஒரு நிமிடம் அவனுக்கு என்ன செய்வதென்று தெரியவில்லை. கைகளை எடுத்துக்கொள்ள எத்தனித்தபோது அவளது உடல் அதிர்ந்தது. சற்றே திரும்பி அவள் அவனது கன்னங்களைப் பற்றி மெல்ல முத்தமிட்டாள். “ஐ லவ் யூ” என்று சொன்னாள். அவன் அவளை இறுக்கமாக அணைத்துக்கொண்டான். “நான் உன்னை முத்தமிடலாமா” என்று கேட்டான். அவன் கேட்டது அவ்வளவு பிடித்திருந்தது அவளுக்கு. தணிவாக அவனைப் பார்த்தாள். அவன் கொடுத்த முத்தம் அவள் கொடுத்ததை விட அவ்வளவு மென்மையாக இருந்தது.

இரண்டு பேரும் கோவிலின் மதிற்சுவரை வெறித்து பார்த்துக் கொண்டே கொஞ்ச நேரம் உட்கார்ந்திருந்தார்கள். மௌனம், வாசமற்ற பிசினைப் போல இருவர் மேலும் ஒட்டியிருந்தது.

‘‘நாம ரெண்டு பேரும் கொஞ்ச தூரம் நடக்கலாமா? எனக்கு ஒரு காஃபி குடிக்கணும் போல இருக்கு” என்று கேட்டாள். இருவரும் நடந்தார்கள். தனது திருமணம் பற்றி, கணவனைப் பற்றி எதாவது அவன் கேட்பான் என்று நினைத்தாள். அவன் எதுவும் கேட்கவில்லை. ரோட்டைக் கடக்கும்போது ஒருமுறை அவளது கைகளைப் பற்றினான். அது அவ்வளவு இயல்பாக இருந்தது.

நீ என்னுடன் வந்துவிடு என்று சொல்வானோ என நினைத்தாள். இல்லை, அவ்வாறு சொல்பவனில்லை அவன் என்று அவளுக்குத் தெரிந்தது. காஃபியைக் குடித்து முடித்ததும், “மத்தியானத்துக்குள்ள வீட்டுக்குத் திரும்ப வந்திடுவேன்னு சொல்லிட்டு வந்திருக்கேன். நான் கிளம்பவா” என்று கேட்டாள். “சரி போகலாம்” என்றான்.

பஸ் ஸ்டாண்டுக்கு நடக்கும்போது, “நீ என் கணவனைப் பற்றி எதுவும் கேட்க மாட்டாயா” என்று அவனிடம் கேட்டாள். அவன் மெலிதாக சிரித்தவாறு “எனது வாழ்த்துக்களை அவருக்குச்

சொல்" என்றான். மேலும், "நீ அதிர்ஷ்டசாலி என்று எனக்குத் தெரியும். போய் வா" என்று சொன்னான். பஸ் ஏறுவதற்கு முன்பு சம்பிரதாயமாக இருவரும் கைகுலுக்கிக் கொண்டபோது காஃபியின் மெல்லிய பிசுபிசுப்பை இருவரும் உணர்ந்தார்கள். பஸ் நகரும் வரை அவன் காத்திருந்தான். திரும்பிப் பார்க்கும்போது கோவில் திசை நோக்கி அவன் மீண்டும் நடப்பதை அவள் கண்டாள்.

டிராகன் டாட்டூ

அவன் உணர்ந்த தீவிர பசி அவனுக்கு விழிப்பு வர வைத்துவிட்டது. கண்ணைச் சுருக்கிக் கொண்டே எழுந்தவன் கைகளால் துழாவி விளக்கின் பொத்தானை அழுத்தி ஒளியைக் கொண்டுவந்தான். கட்டிலையொட்டி இருந்த இரவுவிளக்கு, மஞ்சளாக மெல்லிய வெளிச்சத்தை உமிழ்ந்தது. இருந்தாலும் அது கூட கண்ணைக் கூசச்செய்தது. தண்ணீர் குடிக்கலாம் என்று நினைத்தான். அவள் எந்த அசைவுமின்றி ஆழ்ந்த உறக்கத்திலிருந்தாள்.

தண்ணீர்பாட்டில் மேஜையின்மீது இருந்தது. கட்டிலைவிட்டு இறங்கி மேஜையை நெருங்கினான். பாட்டில் சில்லென்றிருந்தது. குளிர்சாதனப் பெட்டியில் இருந்ததைப் போன்ற குளிர்ச்சி. அறையின் குளிரூட்டும் வசதி மிகக்குறைந்த வெப்ப நிலையில் வைக்கப்பட்டிருந்திருக்கிறது. வேறு வழியில்லை. இதைத்தான் குடித்தாக வேண்டும். குளிர்ந்த நீர் நெஞ்சை அடைத்ததால் மெதுவாகக் குடித்தான். தண்ணீரை விழுங்கிக்கொண்டே கட்டிலில் படுத்திருந்தவளின் நீண்ட மெல்லிய உடலை நிதானமாகப் பார்த்தான்.

அவன் கட்டிலை விட்டு இறங்கி வந்ததில் அவள் போர்த்தியிருந்த போர்வை கலைந்து

விட்டிருந்தது. வெற்று முதுகுடன் ஒருக்களித்துப் படுத்திருப்பவளின் பொன்னிறக் கூந்தல் கழுத்தில் கொஞ்சமும் மெத்தையில் மீதியுமாகப் படர்ந்திருப்பது தெரிந்தது.

அவளது கழுத்தில் தொடங்கி முதுகு வரை நீண்டிருந்த பச்சை வண்ண டிராகன் டாட்டூ மஞ்சள் ஒளியில் கருப்பு வண்ணம் போலத் தோற்றமளித்தது. புட்டத்துக்கு சற்று மேலே தொடங்கிய மீன் டாட்டு தொடங்கிய இடத்திலேயே நின்றிருந்தது. ஆனால், அவளை பப்பில் பார்த்த போது அது பெரிய மீனாக இருக்கும் என்றுதான் நினைத்தான். அதை அவளிடம் சொல்லவும் செய்தான். யூ.. நாட்டி... என்று போலிக் கொஞ்சலொடு அவன் கன்னத்தை அவள் தொட்டதுதான் முதல் ஸ்பரிசமாக இருந்தது.

இப்போது அது குட்டிமீன்தான் என்று தெரிந்தவுடன் ஏமாற்றமாக இருந்தது. அதைத்தாண்டி பார்வையை ஓட்ட கொஞ்சம் தயக்கமாக இருந்தது. இருந்தாலும் பார்த்தான். சற்றே மேடிட்ட இறுக்கமான சிறிய புட்டம். மழிக்கப்பட்ட சிவந்த யோனி அவளது மெல்லிய தொடைகளுக்கு மத்தியில் தெரிந்தது. இரவு பப்புக்குள் நுழைவதற்கு சற்று நேரத்துக்கு முன்பு தின்ற சாண்ட்விச்சை அது நினைவூட்டியது. இவ்வளவு மெல்லுடல்காரிக்கு இத்தகைய நிதம்பம் சற்றே பொருந்தாதது தான் என்று நினைத்தான்.

உற்றுக் கவனிக்கும்போதுதான் அவளது புட்டத்தில் இருந்த மெல்லிய கோடுகள் கண்ணுக்குப் பட்டன. தூங்குவதற்கு முன் முத்தமிட்ட அவளது வயிற்றிலும் இதுபோன்ற, ஆயினும் இதைவிட அழுத்தமான கோடுகள் இருந்தது நினைவுக்கு வந்தது. ஆனால் அவளது சருமத்தின் மென்மையைக் காண அந்த சுருக்கங்கள் பொருட்டே இல்லைதான். ஆயினும் அந்தக் கோடுகள் மனதில் ஆழமாகப் பதிந்து போயின. உள்ளங்கை ரேகையைப்போல அவை சீரான கதியில் வயிற்றில் படர்ந்திருந்தன. தொடங்கும் இடமும் முடியும் இடமும் தெரியாமல் ஒளியற்ற மின்னல் கீற்றுகளைப்போல் அவை இருந்தன.

அவளுக்குக் குளிரும். தான் அப்படியே எழுந்துவந்து தண்ணீர் குடித்துக்கொண்டிருக்கிறோம் என்பது நினைவுக்கு வர, அவளை நெருங்கிப் போர்வையை இழுத்து மூடிவிட்டான். அவளும் போர்வையை நன்றாக இழுத்துக்கொண்டு மல்லாந்து படுத்தாள். கழுத்துவரை போர்வையை இழுத்து அக்குளில்

திணித்துக்கொண்டு, கைகளிரண்டையும் போர்வைக்கு வெளியே வயிற்றின் மீது வைத்துக்கொண்டாள். ஒரு கை மிக இயல்பாக அவளது தொடைகளுக்கு நடுவில் அமைந்தது.

மென்மையாக மூச்சு விட்டுக்கொண்டிருந்தாள். மொத்த உடம்பும் போர்வைக்குள் மறைந்திருக்க அவளது முகம் மட்டும் வெளித்தெரியும் இந்தத் தோற்றம் வசீகரமாக இருந்தது. சற்று நேரம் உற்று பார்த்துக்கொண்டிருந்தவன் மெல்லக் குனிந்து அவளது உதட்டில் முத்தமிட்டான். அவள் கண்களைச் சுருக்கி னாள். அவளது ஒரு கை அவனது பின்தலையைத் தொட்டு மீண்டும் தாழ்ந்து அவளது வயிற்றில் நிலைத்தது. கண்களைத் திறக்கவே இல்லை. மீண்டும் அதே அமைதியுடன் தூக்கத்தைத் தொடர்ந்தாள்.

முத்தமிட்டபோது அவள் உதடுகளில் அவன் உணர்ந்த மனம் சூயிங்கம்மினுடையது என்று நினைத்தான். ஆனால் அந்த நறுமணம் ஆணுறையினுடையதைப் போலவும் இருந்தது. தனது உதடுகளில் நாக்கால் துழாவிக்கொள்ளலாம் என்று தோன்றிய தூண்டுதலை நிராகரித்து குளியலறைக்குள் போனான். படுக்கை யறையின் அதீத குளிர் போல இல்லாது, குளியலறை கொஞ்சம் கதகதப்பாக இருந்தது. பப்பிற்கு அணிந்து சென்றிருந்த உடைகள் பாதி நனைந்தும் நனையாமலும் வாஷ்பேசினை ஒட்டிக் கிடந்தன. இரவு அறைக்கு வந்தவுடன் அவற்றை அங்கேயே களைந்துவிட்டு வெறும் துண்டுடன் வெளியேறியது நினைவுக்கு வந்தது. குழாயில் தண்ணீரைத் திறந்துவிட்டு கொஞ்சநேரம் காத்திருந்தான். வருவது வெந்நீர்தான் என்பது உறுதியானதும் பிடித்து வாயைக்கொப்பளித்தான்.

வெண்டிலேட்டர் வழியாக வெளிச்சம் கசியவில்லை என்பது இன்னும் விடியவில்லை என்பதைக் காட்டியது. மணி என்ன இருக்கும் என்று தெரியவில்லை. அவளுடன் அறைக்கு வரும்போது ஒரு மணி இருக்கும். இரண்டு மணிக்குத் தூங்கி யிருப்போம். இப்போது மணி நான்கு அல்லது ஐந்தாக இருக்கக்கூடும். சிகரெட்டைத் தேடினான். பாத்ரூமில் இல்லை. பச்சைநிற லைட்டர் மட்டும் வாஷ்பேசினுக்கு மேலே உள்ள தட்டில் கிடந்தது. அதை எடுத்து இரண்டு மூன்று முறை பொருத்தியும் அணைத்தும் பார்த்துவிட்டு மீண்டும் அங்கேயே வைத்தான்.

வெளியில் இருக்கும் குளிர் சுமையைப்போல் தோன்றியது. உள்ளேயே இன்னும் கொஞ்ச நேரம் இருக்கலாம் என்று நினைத்தான். ஆனால் வெறுமனே நிற்பது அபத்தமாக இருந்தது. ஒளிந்திருப்பதைப் போன்ற மனப்பதிவைக் கொண்டுவந்து எரிச்சலூட்டியது. அங்கிருந்த எல்லாக் குழாய்களும் நன்றாகப் பராமரிக்கப்பட்டிருந்தன. விசித்திரமாக அந்த ஒழுங்கு சோர் வூட்டியது. ஏதாவது ஒரு குழாயில் சொட்டு சொட்டாகத் தண்ணீர் ஒழுகிக்கொண்டிருந்தால் அதன் துளிகளை எண்ணிக் கொண்டு அங்கு நிற்கலாம் என்று நினைத்தான். ஆனால் குளியலறையின் பயங்கர சுத்தம் மூச்சு முட்டுவதாக இருந்தது.

என்றாலும் உறங்குவதற்கு முன்பான நிகழ்வுகளை அசை போட்டுக்கொண்டே நின்றான். அவளுடனான கலவியை எது தடுத்தது என்று கண்டுபிடிக்க முயன்றான். ஒரு காரணமாக இருக்குமா அல்லது காரணங்களின் தொகுப்பாக இருக்க முடியுமா என்று குழப்பிக்கொண்டான். பிரத்யேகக் காரணங்கள் எதுவும் இல்லாமலே கூட அப்படி ஆகியிருக்கக் கூடும்தானே என்றும் நினைத்துக்கொண்டான்.

எவ்வளவு முயன்றும் அவனது உடல் கலவிக்குத் தயாராகவே இல்லை. இடுப்புக்குக் கீழே மரத்துவிட்டதைப்போல இருந்தது. ஆனால் மனம் முழுக்க அவள் மீதான இச்சை பரவியபடியே இருந்தது. அவள்மீது மிகுந்த வசீகரம் கொண்டுதான் கூட்டி வந்திருந்தான். கட்டிலில் தொடக்கத்தில் அவனைக் கிண்டலாகத் தான் அவள் எதிர்கொண்டாள். தத்தளிப்பில் மிதந்த அவனது அமைதியும், நெற்றிச் சுருக்கமும் அவளை அசைத்திருக்க வேண்டும். பிறகு மிகுந்த வாஞ்சையோடு கொஞ்சம் தீவிரமான தொனியில் அவனுடனான கலவிக்குத் தயாரானாள்.

ஆனால் அவனது உடல் ஒத்துழைக்கவே இல்லை. எங்கோ ஒரு இடத்தில் மனதின் இச்சை உடலுக்குக் கடத்தப்படாமல் நின்றுவிடுகிறது. முடிச்சிட்டுக்கொண்டதைப்போல. அவனைத் தழுவி முத்தமிட்டுக் கொண்டிருந்தவள் ஒரு கட்டத்தில் அவனுக்கு ஆணுறையை மாட்டிவிட்டு மெல்ல சுவைக்கத் துவங்கினாள். அவனுக்கு ஒரு ஒத்திசைவு வருவது போல இருந்தது. அவளும் கொஞ்சம் அழுத்தம் கொடுத்து சற்றே வேகமாக அதைச்செய்ய முயன்றாள். ஆனால் சட்டென்று மீண்டும் அந்த இழை அறுபட்டது போல அவன் தளர்ந்தான். அவள்

தொடர்ந்து முயற்சித்துக்கொண்டே இருந்தாள். சிறிதாக ஒலி எழுப்பிக்கொண்டே அவனது தொடைகளில் வருடினாள். அது இச்சையைத் தூண்டுவதாக இல்லாமல் கூச்சத்தைத்தான் கூட்டியது. ஒரு கட்டத்தில், ஊர்ந்து கொண்டிருக்கும் அவளது கைகளைப் பற்றி அந்த ஸ்பரிசத்தை நிறுத்தினான்.

பிறகு அவளிடமிருந்து விலகிக்கொண்டு அவளது கழுத்தின் பின்புறத்தில் முத்தமிட்டான். என்ன என்பது போலப் பார்த்தவளிடம் 'படுத்துக்கொள்ளலாமா' என்று கேட்டான். அது மிகவும் தாழ்வான குரலாக, அவளிடம் மன்னிப்பு கேட்பதைப்போன்ற தொனியில் வெளிவந்தது. அந்தக் குரலில் இருந்த மென்மை அவனுக்கே அபத்தமாக இருந்தது.

அவள் அவனது தலையை வருடிவிட்டு மென்மையாகச் சிரித்தாள். "நிறைய குடித்தாயா? இல்லையே... நீ பப்பில் நுழைந்தது முதல் என்னுடன்தானே இருந்தாய்... நான்கு பெக் கூட இருக்காதே... நான் போகலாமா என்று கேட்ட போது நீ கைகளைப்பற்றிய அழுத்தத்தில் நான் கூட இன்றிரவு நீ என் உடலை வலிக்கச் செய்யப்போகிறாய் என்றுதான் நினைத்தேன்" என்று சிரிப்பினூடே சொன்னாள். பேசிக்கொண்டே ஆணுறையை உருவி டிஷ்யூ பேப்பரில் சுற்றி குப்பைக்கூடையில் போட்டாள். இன்னும் கொஞ்சம் டிஷ்யூ எடுத்து Hey.. little boy... why no cooperate.. .என்று உடைந்த ஆங்கிலத்தில் கிண்டலடித்துக் கொண்டே துடைக்க முயன்றாள். அவன் அவள் கையிலிருந்த பேப்பரை வாங்கித் துடைத்துக்கொண்டு டிஷ்யூவை அவளிடம் தந்தான். அவள் அப்படியே உருண்டு குப்பைக்கூடையை சமீபித்து அதில் போட்டாள்.

அவள் படுத்ததும் அவளை முதுகுப்புறமாக அணைத்தபடி படுத்துக்கொண்டான். அவளது கழுத்தில் பட்ட மூச்சுக்காற்று அவனது முகத்தில் எதிரொலிப்பதை உணரமுடிந்தது. திரும்பிப் படுத்து ஏதோ சொல்ல வந்தவளிடம் தூங்கலாம் என்று சைகையில் தெரிவித்தான். பிறகு ஒரு கணம் மெல்ல கீழே தாழ்ந்து அவளது வயிற்றில் முத்தமிட்டான். மீண்டும் அவளைக் கட்டிக் கொண்டான். அதற்குப்பிறகு எப்போது தூங்கினான் என்று தெரியவில்லை. பசி இப்போது விழிக்க வைத்திருக்கிறது.

அதற்கு மேல் குளியலறையில் நிற்க இயலாமல் கதவைத் திறந்து கொண்டு வெளியில் வந்தான்.

மேஜைமேல் கிடந்த அவளது பேன்ட்டிற்குக் கீழே சிகரெட் பாக்கெட் இருந்தது. அதைக் கையிலெடுக்கும்போது, கதவு திறந்த ஒலி மற்றும் கால்களின் ஓசையைக் கேட்டு அவள் அசைந்தாள். கண்களைத் திறந்து அவனைப் பார்க்க முயன்றாள். பிறகு கைகளை அவன் பக்கமாக நீட்டினாள். மல்லாந்து படுத்துக்கொண்டே நீட்டியதால் கைகள் அவளது உடலைவிட்டுக் கொஞ்சமாக மேலெழுந்து உடலின் போக்கிலேயே நின்றன. தலை மட்டும் அவன் பக்கமாக சாய்ந்து வா... என்று அழைத்தது.

சிகரெட்டை வைத்துவிட்டு கட்டிலைச் சுற்றிக்கொண்டு போய் அவளுடன் படுத்துக்கொண்டான். அவள் திரும்பி அவனுக்கும் போர்த்திவிட்டு அவனைக் கட்டிக்கொண்டாள். அவள் மூச்சு விடுவது காற்றில் செடி அசைவது போல இருந்தது. ஆடையற்ற அவளது உடலின் சூடு இதமாக இருந்தது. ஆனால் அவளை இறுக்கமாகக் கட்டிக்கொள்ள முடியவில்லை. ஏதோ ஒன்று அவளுடன் ஒட்ட விடாமல் தொந்தரவு செய்துகொண்டே இருந்தது. திரும்பிப் படுத்துக்கொண்டான்.

அந்த ஏதோ ஒன்று எது என்று அவனால் முடிவுக்கு வர முடியவில்லை. உறக்கத்தில் விழத்தொடங்கியபோது, அவளது வயிற்றில் இருந்த கோடுகள் பெருகி, பூக்களாக உருமாறுவது போலவும் அதை ஒரு குழந்தை கையில் வைத்துக்கொண்டு அவனை நோக்கி ஓடி வருவது போலவும், ஆனால் அவனை நெருங்க நெருங்க அந்தக் குழந்தையும் கோடுகளாக மாறிக் காற்றில் கலந்துவிடுவது போலவும் நினைவுகள் குழப்பியடித்தன. அவன் ஆழ்ந்த உறக்கத்துக்கும் போகவில்லை. அது கனவாகவும் இருக்கமுடியாது. ஆனால் நல்ல விழிப்பிலும் இல்லை என்பதால் அது நினைவாகவும் வாய்ப்பில்லை. அது என்ன என்று உறுதிபடுத்தும் எத்தனத்தில் அப்படியே உறங்கிப்போனான்.

காலையில் எழுந்த போது அவள் ஏற்கனவே விழித்திருந்தாள். ஆனாலும் படுக்கையை விட்டு எழாமல் அவனைக் கட்டிக் கொண்டே படுத்திருந்தாள். அவன் குளித்துவிட்டு வெளியில் வரும்போது, நிலைக்கண்ணாடிக்குப் பக்கத்தில் சுவரில் சாய்ந்த படி குளியலறைக் கதவை நோக்கி நின்றிருந்தாள். பெரிதான

புன்னகையுடன், "குளித்துவிட்டாயா?" என்று கேட்டுக் கொண்டே குளியலறைக்குள் நுழைந்தாள்.

அவன் உடைகள் அணிந்து தயாரானான். அவளுக்கும் சேர்த்து தேனீர் போட்டுவிட்டு, தன்னுடையதை குடிக்கத் தொடங்கிய போது அவள் வந்து கண்ணாடி முன் நின்று உடைகளை அணியத் தொடங்கினாள். அவன் எதுவும் பேசாமல் அவளைப் பார்த்துக்கொண்டே தேநீரை அருந்தினான்.

"நான் கிளம்பவா?"

"ம்ம்... எப்படிப் போவாய்?"

"ஹோட்டலுக்கு வெளியே டாக்ஸி வரும்."

சொல்லிக்கொண்டே அவனை நெருங்கி வந்து கன்னத்தில் தட்டிவிட்டு நெற்றியில் முத்தமிட்டாள். பிறகு மேஜை மீதிருந்த கைப்பையை எடுத்துத் தோளில் மாட்டிக்கொண்டு, டிராயரில் இருந்த பர்ஸை எடுத்து அவனிடம் கொடுத்தாள்.

பர்ஸைப் பிரித்தவன் பணத்தை எடுக்காமல், "நாம் இருவரும் சேர்ந்து எங்காவது சாப்பிடப்போகலாமா" என்று கேட்டான். அவள் யோசித்தாள்.

"அங்கிருந்தே நீ கிளம்பிவிடு... நான் அறைக்குத் திரும்பி விடுகிறேன்."

"நீ இன்னும் எத்தனை நாள் இந்த விடுதியில் இருப்பாய்?"

"இன்று மட்டும்தான். நாளை கிளம்பிவிடுவேன்."

"ஓ... சரி வா... போகலாம்..." என்று தலையை சாய்த்துக்கொண்டு புன்னகையுடன் சொன்னாள்.

சாலைகளில் அவ்வளவாகக் கூட்டம் இல்லை. கண்ணைக் கூசும் ஒளியோடு சூரியன் வந்துவிட்டிருந்தது. அவனது கைகளைப்பற்றிக்கொண்டு அவள் கட்டிடங்களை வேடிக்கை பார்த்தபடி உட்கார்ந்திருந்தாள். டாக்ஸி மிதமான வேகத்தில் ஊர்ந்துகொண்டிருந்தது. விடுதியில் இருந்து பத்து நிமிடப் பயணத்தில் இருந்த ஒரு ரெஸ்டாரண்டில் அமர்ந்தார்கள்.

சிப்பந்தியிடம் என்ன உணவு என்று சொல்லிவிட்டு காத்திருந்த

போதுதான் அவள் கேட்டாள்.

"என்னைப் பிடிக்கவில்லையா உனக்கு?"

அது மிகவும் சீரியஸான கேள்வியைப்போல் இருந்தது அவனுக்கு. ஏனெனில் அதைக்கேட்கும் போது அவள் முகத்தில் புன்னகை எதுவும் இல்லை. பதிலெதுவும் சொல்லாமல் அவள் முகத்தைப் பார்த்தான். தனது முகம் இறுகுவதைப்போல அவனுக்குத் தோன்றியது.

"இல்லை. உன்னை எனக்கு மிகவும் பிடிக்கிறதுதான். இல்லை யென்றால் நான் ஏன் உன்னுடன் சாப்பிட வரப்போகிறேன்?"

ஆனால் மனதிற்குள் அந்தக் கேள்வி அவனை எரிச்சலூட்டியது. அவளிடம் என்ன சொல்வதென்று உண்மையிலேயே அவனுக்குத் தெரியவில்லை.

"எத்தனைக் குழந்தைகள் உனக்கு?" என்று கேட்டான்.

அவள் பதில் சொல்லாமல் இரண்டு என்று இடதுகை விரல்களைக் காட்டினாள். வலது கையால் உணவை எடுத்து வாய்க்குள் வைத்துக்கொண்டிருந்தாள்.

"உனக்கு?"

"ஒன்று... பெண்... நான்கு வயது இருக்கும்."

"இருக்குமா? ஏன் உன்னுடன் இல்லையா அவள்...?"

"இல்லை. அவள் அம்மாவுடன் இருக்கிறாள். விவாகரத்துக்கு முயன்றுகொண்டிருக்கிறேன். அவள் என்னுடன் இருப்பாளா என்று தெரியவில்லை."

"ஓ... அவளை அவள் அம்மாவிடம் விடாதே. நீயே வைத்துக் கொள்."

இதைச் சொல்லும்போது அவளது குரல் அவ்வளவு நிதான மாக இருந்தது. அவனது முகத்தைப் பார்க்காமல் குனிந்து கொண்டேதான் சொன்னாள். ஏன் விவாகரத்து செய்யப் போகிறாய் என்றெல்லாம் கேட்கவில்லை.

"உன்னால் ஒரு குழந்தையை நன்றாகப் பார்த்துக்கொள்ள

முடியும். அதுவும் பெண் குழந்தை அல்லவா. அது உன்னுடன் இருப்பதுதான் சரி. நீ அன்பானவன்தான்." இதைச்சொல்லும் போது அவளது கண்கள் மின்னியது போல் அவனுக்குத் தோன்றியது.

கொஞ்சநேரம் அமைதி நிலவியது.

"நீ இன்று பகலிலும் என்னுடன் இருக்கிறாயா?"

"ஹ... அப்படியா? நான் பகலில் பெரும்பாலும் வீட்டுக்குப் போய்விடுவேன். ஆனால் உன்னுடன் இருக்கலாம் என்றும் தோன்றுகிறது. நீ எங்கும் வெளியில் போகவில்லையா?"

"இல்லை. பெரிய திட்டம் எதுவும் இல்லை. நீ என்னுடன் இருப்பாய் என்றால் நாம் கொஞ்ச நேரம் வெளியில் சுற்றிவிட்டு விடுதிக்குப் போகலாம்."

"சரி" என்று சொல்லிவிட்டு கைகளைக் கழுவிக்கொண்டு யாருக்கோ தொலைபேசியில் பேசினாள். பிறகு "வா போகலாம்" என்றாள்.

இருவரும் சாலையில் நடக்கும்போது அவளது கைகளைப் பற்றிக்கொண்டான். டாக்ஸிக்காகக் காத்திருந்த போது அவன் தான் அவளிடம் நிறைய பேசிக்கொண்டிருந்தான். ஏதாவது ஷாப்பிங் செய்யலாம் என்று அவளிடம் சொன்னான். எனக்கு வாங்குவதற்கு ஒன்றும் இல்லை என்றாள்.

எனக்கும்தான்... அதனால் என்ன என்றான். அவள் சிரித்துக்கொண்டே அவனை இடுப்பில் கிள்ளினாள். நேரம் போனதே தெரியவில்லை. மதிய உணவையும் முடித்துவிட்டு விடுதிக்குப்போனபோது இருவருக்குமே அசதியாக இருந்தது. உடைகளைக் களைந்து வெறும் உள்ளாடையோடு படுத்துக் கொண்டான். அவள் இரவு உடைக்கு மாறினாள். அவனிடம் ஏதோ சொல்லிக்கொண்டே குளிரின் அளவைக் குறைத்தாள். அவனது தலையைக் கோதிக்கொண்டே அப்படியே உறங்கிப் போனாள்.

எவ்வளவு நேரம் தூங்கினான் என்று தெரியவில்லை. அவளது முகத்தையொட்டி முகம் வைத்துக்கொண்டு படுத்திருந்தான். அவள்தான் முத்தமிடத்தொடங்கினாள். அந்த ஸ்பரிசத்தில்தான் விழிப்பு வந்தது. அதுவொரு நீண்ட முத்தமாக இருந்தது. உடலும்

மனமும் பரபரவென இயங்க அவன் அவளை இறுக்கிக் கட்டிக்கொண்டான். அவள்தான் அவனை நிறுத்தி ஆணுறையை நினைவூட்டினாள். மீண்டும் தூங்கி, விழிக்கும்போது இரவு பத்து மணிக்கு மேல் ஆகியிருந்தது.

"நான் கிளம்புகிறேன், இரவு பப்புக்குப் போகப் போவதில்லை, வீட்டுக்குப் போக வேண்டும்" என்றாள். எழுந்து கண்ணாடிமுன் நின்று தலைமுடியைக் குவித்து ஒழுங்குசெய்து கொண்டிருந்த வளிடம், "குளிக்கப்போகிறாயா" என்று கேட்டான்.

"இல்லை, நான் கிளம்புகிறேன். வீட்டில் போய் குளித்துக் கொள்வேன். நீ என்ன செய்யப் போகிறாய்? மீண்டும் அதே பப்புக்கு போய் யாரையாவது கூட்டி வரப் போகிறாயா?"

அவன் பதில் எதுவும் சொல்லாமல் அவளைப் பார்த்துக் கொண்டே இருந்தான்.

துணுக்குற்றவளைப் போல திரும்பி, "சும்மாதான் கேட்டேன். உனக்கு என்ன பிளான்?" என்று கேட்டாள்.

"இல்லை, நானும் கிளம்புகிறேன். இரவே கிளம்பலாம் என்று தோன்றுகிறது."

"ஏன், தூங்கவேண்டியதுதானே? நாளைக்குத்தானே போவதாகச் சொல்லியிருந்தாய்?

"சொன்னேன்தான். இப்போது கிளம்பலாம் என்று தோன்று கிறது."

அவள் கைப்பையை எடுத்து தோளில் மாட்டிக்கொண்டாள். இவன் பர்ஸை எடுத்து பணத்தைக் கொடுத்தான். அவள் அப் படியே வாங்கி பைக்குள் வைத்துக்கொண்டு "நான் கிளம்புகிறேன்" என்றாள்.

"ம்ம்... சரி..." என்றான்.

கதவைச் சத்தமில்லாமல் மூடிவிட்டு செல்பவளின் செருப் பொலி மெல்லத் தேய்ந்து அடங்கியது.

கட்டுத்தரை

வாசலில் 'தம்பீ...' என்ற குரல் கேட்டது. கேட்ட மாத்திரத்திலேயே அது இரண்டாவது அல்லது மூன்றாவது முறையாக ஒலிக்கும் குரல் என்று புரிந்தது. தொலைக்காட்சியின் ஒலியளவைக் குறைத்துவிட்டு "அம்மா வெளில யாரோ வந்திருக்காங்க, பாரேன்" என்று கத்தினேன்.

அம்மாவிடம் இருந்து பதில் இல்லை. உள்ளே பார்த்தேன். மனைவியும் கண்களுக்குத் தட்டுப்படவில்லை. படுக்கையறையில் குழந்தையைத் தூங்க வைத்துக்கொண்டிருக்கிறாள் போல. அப்பா கொல்லைப்புறத்தில், மாமர நிழலில் ஈஸிசேரில் படுத்திருந்தார். இப்போதும் படுத்திருக்கிறாரா தெரியவில்லை.

'தம்பீ...'

இப்போது தொலைக்காட்சியின் ஒலியில்லாததால் அது தழைந்த முதிய குரல் என்பது தெளிவாகத் தெரிந்தது. ஆனால் நடுக்கமற்ற நேரான குரல். எழுந்து வெளியே வந்தேன். கேட்டைத் தாண்டி, உள்ளே வந்து வராண்டா படிகளில் உட்கார்ந்திருந்தார் கிழவர். சன்னமாகத் தான் விளித்திருக்கிறார்.

ஒல்லியான சிவந்த தேகம். வயதில் மெல்லிய அடுக்கான கரளைகளோடு இருந்திருக்க வேண்டும். வெண்ணிற தாடி நெஞ்சைத் தொட்டுக்கொண்டிருந்தது. பழுப்படைந்த ஆனால் தூய வேட்டி. மேலே துண்டு மட்டும் கிடந்தது. நான் வந்து நிலைப்படியில் நின்று யாராக இருக்கும் என்று யோசித்துக் கொண்டிருந்தேன். ஆனால் அவர் நான் நிற்பதைக் கண்டு கொள்ளாதது போன்றதொரு உடல் மொழியில் இருந்தார்.

வாசல்படியில் கால்களை மடக்கி உட்கார்ந்துகொண்டு, வதங்கிய வெற்றிலையொன்றைத் தொடையில் வைத்து அதன் பின்னால் சுண்ணாம்பு தடவிக்கொண்டிருந்தார். பிளாஸ்டிக் பொட்டலம் ஒன்று பக்கத்தில் பிரித்து வைக்கப்பட்டிருந்தது. பின்பு பொட்டலத்தில் இருந்து கொஞ்சம் சீவலை எடுத்து கைக்குள் வைத்து வெற்றிலையுடன் கசக்கத் தொடங்கும்போதுதான் நிமிர்ந்து பார்த்தார். சட்டென்று கசக்குவதில் ஒரு சுணக்கம். ஒரே வினாடிதான். முகம் மலர்ந்தது.

கசக்கிய தாம்பூலத்தை வாயில் போட்டுக்கொண்டு கைகளைத் தட்டிக்கொண்டவர், இரு கைகளையும் என்னை நோக்கி நீட்டி "வாய்யா..." என்றார். நான் கண்களைச் சுருக்கவும், "இந்தக் கெழட்டு வைத்தியனை மறந்து போச்சா உனக்கு?" என்றார்.

பொறி தட்டியது போல் நினைவு வந்தது எனக்கு. சுருங்கிப் போயிருந்த கிழவரது முகத்தை இன்னும் சற்று உற்று நோக்கி னேன். மாட்டு வைத்தியர் தாத்தால்ல இது... பாத்து எத்தன வருஷம் ஆச்சு...

சமாளித்துக்கொண்டு, "இல்ல தாத்தா... மறக்கல, நீங்க ஏன் வெளில உக்காந்துகிட்டு யாரோ மாதிரி தம்பி தம்பின்னு கூப்புடுறீங்க, உள்ள வர வேண்டியதுதானே?" என்று சொல்லி விட்டு மீண்டும் 'அம்மா' என்று உட்புறம் நோக்கிக் குரல் கொடுத்தேன். பதிலே இல்லை. பக்கத்துக்கு வீட்டுக்கு எதுவும் போயிருக்கிறாள் போல.

மெல்லிய முறுவல் கிழவரின் முகத்தில். புகையிலையைக் கொஞ்சம் எடுத்து, பிசிறில்லாமல் கடைவாயில் போட்டுக் கொண்டு கைகளை அழுத்தி வேட்டியில் துடைத்துக்கொண்டு "இங்க வாயேன், இப்படி வந்து உக்காரேன் கொஞ்சம்" என்றார். உட்கார்ந்தவுடன் "அப்பன் இருக்கானா வீட்ல?" என்றார்.

“ம்ம் இருக்காரு தாத்தா. கொல்லைப்பக்கம்தான் மரத்தடியில இருக்கார். கூப்பிடவா?”

“இல்ல... இல்ல... இருக்கட்டும். எங்க போய்ட போறான். உன்ன தான் பாத்து எத்தன வருஷம் ஆச்சு? பொண்டாட்டியவும் நீ வேல செய்ற நாட்டுக்கே கூட்டிட்டுப் போயிட்டியாமே? எப்ப வந்த ஊருக்கு? புள்ள ஒண்ணுதான உனக்கு?”

“ஆமா தாத்தா. நான் வந்து ஒரு வாரம் ஆச்சு. பையன் தூங்கிட்டிருக்கான். ரெண்டு வயசு ஆவுது. நான் பொண்டாட்டிய என் கூடக் கூட்டிட்டுப் போனதெல்லாம் உங்களுக்கு யாரு சொன்னா?”

“ஏண்டா, உங்கப்பன்தான் சொல்லுவான். நான் எப்பவாவது ஒரு தடவை இங்க வந்து எட்டிப்பாத்துட்டுப் போறவன்தான. மறக்க முடியுமா இந்த வூட்ட. உன் தாத்தன. இதோ கட்டாந் தரையா போட்டு வச்சிருக்கீங்களே இந்த மாட்டுக் கொட்டாய? எத மறக்க முடியும் சொல்லு? பெரியதம்பி உயிரோட இருந் திருந்தா அது வேறதான்.”

தாத்தாவைப் பற்றிச் சொல்லும்போது அவரது குரலில் ஒரு சோகம் வந்துவிட்டிருந்தது. ஆனாலும் அதே முறுவலும் பரவசமும் முகத்தில் மின்னிக்கொண்டிருந்தன. “உங்கப்பன் கிட்டயும் நான் வருவாந்தோறும் சொல்றதுதான். ஒரு கெடேரி கன்னுக்குட்டியாவது வாங்கிக் கட்டுடான்னு. எங்க காதுல வாங்குறான். எவ்வளவு மாடு இருந்த கட்டுத்தர. இப்ப பாக்க சகிக்கிதா...”

“யாருப்பா பாக்குறதுன்னு கேக்குறான். அவன் சொல்றதும் ஞாயம்தான். பில்லு அறுத்துப் போட வேணாம்தான். ரெண்டு வக்யல புடிங்கி போட்டாக் கூட போதும். ஆனா சாணி அள்ளணுமே. கன்னுகுட்டிக்குத் தண்ணி காட்டணுமே. அதெல் லாம் செய்யணுமில்ல. நீங்கள்ளாம் படிச்சிட்டு வெளியூருக்கு வேலைக்குப் போய்ட்டீங்க. இனிமே மாடு கன்னு எதுக்குன்னு நினைக்கிது உங்கம்மா. பாக்கெட் பாலதான் கொண்டு வந்து வூட்டுலையே போடுறான இப்ப...”

அவர் சொல்லிக்கொண்டிருக்கும்போதே அம்மா வெளி கேட்டைத் திறந்துகொண்டு உள்ளே வந்தாள். கிழவர் காலை மடக்கி, பொட்டலத்தைச் சுருட்டி மடியில் வைத்துக்கொண்டு

அம்மாவுக்கு வழிவிட்டார்.

“கன்னுக்குட்டி ஒண்ணு வாங்கு வாங்குன்னு தொண தொணக்குறேன்னு மருமவளுக்கு எம்மேல கொஞ்சம் கடுப்பு.” சொல்லிவிட்டு கி...கி...கி... என்று சிரித்தார்.

சிரித்துக்கொண்டே எழுந்து நின்று பொட்டலத்தை இடுப்பு வேட்டியில் வைத்து சுருட்டிக்கொண்டிருந்தவரிடம், “காலைல என்ன சாப்டீங்க, உள்ள வாங்க, சாப்டுங்க” என்றேன். “கால சாப்பாடெல்லாம் சாப்ட்டு பல வருசமாவுது. வேணாம்... வேணாம்... வர்ற வழியிலதான் காப்பித்தண்ணி குடிச்சேன். இப்ப ஒண்ணும் வேணாம்” என்றார்.

இவரை எப்படி நான் மறந்தேன்? இவர் எப்படி நினைவின் அடுக்குகளில் இருந்து நழுவிப்போனார் என்று திகைப்பாக இருந்தது. அதுவும் முழுதாய் பதினைந்து வருடங்களுக்கு மேல்.

“இங்க இருப்பீங்கல்ல தாத்தா, மத்தியானம் சாப்ட்டுதான போவீங்க?” என்று கேட்டேன். என் குரல் எனக்கே அபத்தமாக இருந்தது.

“ம்ம்... ம்ம்... எங்க போப்போறேன். உங்கப்பன் கிட்டதான் பேசிக்கிட்டிருப்பேன்” என்று சொல்லிவிட்டு படியை விட்டு இறங்கி வீட்டை ஒட்டிய தொழுவத்தின் வழியாகப் போனார்.

எனக்கு ஒரு கணம் வீட்டின் உள்ளே போவதா அல்லது இங்கேயே நிற்பதா என்று குழப்பமாக இருந்தது.

தாத்தா செத்துப்போனவுடனே நான் அவரை மறந்திருக்கிறேன். எத்தனை முறை என்னைத் தோளில் தூக்கிக்கொண்டு நடந்திருக் கிறார்? தாத்தாவும் அவரும் இதே கொட்டகையில் உட்கார்ந்து பேசிக்கொண்டிருந்ததை எத்தனைமுறை கேட்டிருக்கிறேன். அவர் மருந்துகள் வைத்திருக்கும் தோல்பையின் நிறம் கூட இப்போது நினைவுக்கு வந்தது.

வீட்டின் உள்ளே நடந்தேன். கொல்லைப்புறம் போய் அவர்களது உரையாடலில் கலந்து கொள்ளலாம் என்று தோன்றியது. கூடம், அதற்கடுத்த அறை, சமையலறை என்று நீண்ட வீட்டைக் கடந்து கொல்லைப்புற வாசலில் நின்று மரத்தடியைப் பார்த்தபோது, அப்பா மட்டும்தான் சேரில் உட்கார்ந்திருந்தார்.

"எப்பா... வைத்தியர் தாத்தா வந்தாரே எங்க?"

"அவுரு எங்க இங்க வந்தாரு" என்றார் அப்பா தலையைத் திருப்பாமலே.

மீண்டும் அறைகளைக் கடந்து உள்ளே வந்து கூடத்தின் சன்னல் வழியாகப் பார்த்தால் தாத்தா தொழுவத்திலேயே நின்று கொண்டிருந்தார். அதன் எறவானக் கழியைப் பிடித்துக் கொண்டு தரையைப் பார்த்து குனிந்து நின்றிருந்தார். இரண்டு கைகளும் கூரையின் மூங்கில் கழியை வலுவாகப் பற்றியிருக்க, உடல் லேசாக அசைந்துகொண்டிருந்தது. வாய் வெற்றிலையைக் குதப்பிக் கொண்டிருந்தது.

அது தவம் செய்வது போல இருந்தது. ஏதோ ஒரு வாசத்தை உள்ளிழுத்துக் கொள்வதைப்போல. தன்னை எதற்குள்ளோ கரைத்துக்கொள்வது போல. அந்நேரம் தாத்தா ஒரு குழந்தையைப் போல தோன்றினார். சிரிப்பு வந்தது எனக்கு. 'என்ன தாத்தா பண்ணுறீங்க' என்று குரல் கொடுத்தேன்.

எங்கிருந்து குரல் வருகிறது என்று பிடிகிட்டாமல் ஒரு கணம் தடுமாறியவர், சன்னல் வழியாக என்னைப் பார்த்துவிட்டு, ஒண்ணும் இல்ல, 'சும்மா எரவானத்தப் புடிச்சிகிட்டு நின்னேன், வேறென்ன' என்று கையைத் தளரவிட்டார்.

வெட்கப்படுபவர் போல் தோளில் கிடந்த துண்டை எடுத்து, வாயின் ஓரத்தில் ஒற்றிக்கொண்டு தம்பீ... என்று அப்பாவை அழைத்துக்கொண்டே மரத்தடியை நோக்கி நடந்தார். அவரது செய்கை விசித்திரமாகத் தோன்றினாலும், அதன் பின்னுள்ள துயரத்தைப் புரிந்துகொள்ள முடிந்தது.

இந்த வீட்டில் அவரது இடமென்பது இந்தக் கைவிடப்பட்ட கட்டுத்தரைதான். இந்த வீட்டின் மீது அவருக்கு இருக்கும் பாத்யதைக்குப் பின்னுள்ள பிடிப்பு வேறு எதுதான். இந்த மாட்டுக்கொட்டகையும் அங்கிருந்த மாடுகளும்தானே.

அவர் வைத்தியத்துக்காக மாட்டைப் படுக்க வைக்கும் விதமே அவ்வளவு ரசனையாக இருக்கும். முன்னங்கால்களை ஒட்டி மாட்டின் உடலைச் சுற்றி கயிறைக் கட்டி ஒரு முனையை அதன் உடலோடு அணைத்துப் பிடித்துக்கொண்டு மறுமுனையை மெல்ல அழுத்தம் கொடுத்து இழுத்தால், ஒரு குழந்தை சாய்வது

போல எவ்வளவு பெரிய மாடும் தரையில் சாயும். பார்ப்பதற்கு எளிதாகத் தோன்றினாலும் அதைச் செய்வதற்கு வலு வேண்டும். பக்கவாட்டில் சாயும் மாட்டைத் தாங்கும் வலு. மெல்ல அதை சமநிலைக்குக் கொண்டுவரத் தேவைப்படும் வலு.

உழவு மாட்டுக்கோ வண்டி மாட்டுக்கோ மூச்சுப் பிடித்துக் கொண்டால், மாட்டைப் படுக்கவைத்து அதன் கழுத்தை ஒட்டியப் பகுதியில் பல்லால் கடித்துத் தூக்குவார். தனது தொண்டை நரம்புகள் புடைக்க அவர் அதைச் செய்யும்போது ஒளிரும் அவரது கண்களை எப்படி இத்தனை வருடம் மறந்து போனேன் என்பது ஆச்சர்யமாக இருந்தது.

வைத்தியம் முடிந்து, மருந்தெல்லாம் கொடுத்து மாட்டின் கண்ணில் கொஞ்சம் பச்சிலைச் சாந்தை அப்பிவிடுவார். எரிச்சல் தாங்காமல் கண்ணில் நீர் வடிய மணிக்கணக்காக முளைக்குச்சியை சுற்றிச் சுற்றி வரும் மாட்டைக் காண பாவமாக இருக்கும்.

"என்ன பண்ணுறது, கொஞ்ச நேரம் எரிச்சல பொறுத்துதான் ஆகணும், அப்புறம் மூச்சு புடிப்ப வச்சுகிட்டு எப்படி ஒழவடிப்ப, வண்டி இழுப்ப" என்று அதட்டலாகப் பேசிக்கொண்டே அதன் உடல் மீது கையைத் துடைத்துக்கொள்வார்.

மாடென்பது அவருக்கு வெறும் விலங்கல்ல என்று இப்போது தோன்றுகிறது. இந்த வீட்டில் அவரைப் பிணைத்திருந்த கண்ணி அது. தாத்தா உயிரோடு இருந்திருந்தால் அந்தக் கண்ணி அறுபடாமல் இருந்திருக்குமோ என்னவோ.

தாத்தா சாகும் வரை அந்தக் கொட்டகையில்தான் படுத் திருந்தார். இரண்டு மூன்று வேட்டிகளை பெஞ்சின் மேல் ஒன்றன் மீது ஒன்றாகப் போட்டு மெத்தை மாதிரி விரித்து அதில்தான் படுத்திருப்பார். அவரது படுக்கையில் பிரத்தியேக வாசம் இருக்கும். தாத்தாவின் வியர்வையை உறிஞ்சி உறிஞ்சி அந்த வேட்டிகள் தனக்கான வாசத்தை உருவாக்கி எனக்குத் தந்திருக்கின்றன என்று இப்போது தோன்றுகிறது.

பகல் நேரத்தில் மாடுகள் தென்னைமர நிழலில் கட்டப் பட்டிருக்கும்போது, அந்த பெஞ்சில் படுத்தால் நம்மைத் தனித்து விட்டதைப்போல் இருக்குமே என்பதெல்லாம் இப்போது ஞாபகம் வந்தது.

இப்பொழுது மாட்டுத் தொழுவம் டூ வீலர்கள் நிறுத்தும் இடமாக, வீட்டின் வேண்டாத சாமான்கள் போட்டு வைக்கும் மூலையாக ஆகியிருந்தது. பழைய நினைவுகளெல்லாம் கொஞ்சம் கொஞ்சமாக ஆவியாகி இல்லாமலாகி விட்டிருக்கிறது. இல்லை, அப்படி இல்லை. இல்லாமலாகிவிடவில்லை. தூசி படிந்து கிடந்திருக்கிறது. கிழவரின் வருகை அந்தத் தூசியை ஊதி நீக்கிவிட்டிருக்கிறது, அவ்வளவு தான்.

நான் மீண்டும் தொலைக்காட்சியில் லயிக்கத்தொடங்கியவுடன் நேரம் போனது தெரியவில்லை. சிணுங்கிக்கொண்டிருக்கும் மகனோடு மனைவி எழுந்து வெளியே வந்தாள். இவனைக் கொஞ்ச நேரம் தாத்தாகிட்ட குடுத்துட்டு வாங்க என்று குழந்தையைக் கொடுத்தாள். நான் அவனைத் தூக்கிக்கொண்டு கொல்லைப்புறம் போனேன்.

'ஏய், வா... வா... வா...' என்று தாத்தாதான் வந்து அவனை வாங்கிக்கொண்டார். அவனுக்கும் அவரைப் பார்த்தவுடன் சிரிப்பு பொத்துக்கொண்டு வந்தது. கிர்ர் கிர்ர் என்று சிரித்தான். அந்த சிரிப்பைக் கேட்டவுடன் பேரானந்தம் கிழவருக்கு. நான் உள்ளே வந்துவிட்டேன். அப்பாவும் தாத்தாவும் சத்தமாகச் சிரிக்கும் சத்தம் உள்ளறை வரை கேட்டது.

எப்போது தூங்கினேன் என்றே தெரியவில்லை. விழிப்பு வந்தபோது நீண்ட நேரம் ஆகிவிட்டிருந்தது. தாத்தா போயிருந்தார். சாப்பிட்டாரா என்று கேட்டேன். சாப்பிட்டார் என்று சொன்னாள் மனைவி. எப்போது போனார், என்னை எழுப்பியிருக்கலாமே என்று கேட்டபோது, உங்களுக்குத்தான் தூக்கத்துல எழுப்பினா பிடிக்காதே, அதான் எழுப்பல என்றாள். அவள் மீதொரு கசந்த பார்வையோடு எழுந்து முகம் கழுவப் போனேன்.

இரவு உணவின் போதுதான் அப்பாவிடம் கேட்டேன், தாத்தா எந்த ஊருப்பா என்று. அவர் சொன்ன ஊர் இங்கிருந்து பத்து கிலோ மீட்டர் இருக்கும்.

நீ ஒரு தடவை கூட அவரைப் போய் பார்த்ததில்லையா என்று கேட்டபோது தாத்தா மட்டும்தான் அந்த ஊருக்குப் போயிருக்கிறார், நான் போனதே இல்லையென்று சொன்னார்.

'நீ ஏம்ப்பா ஒரு தடவை கூட அவரைப் பாக்க போகல'

என்ற கேள்விக்கு அப்பாவிடம் பதிலில்லை.

எனக்கு இன்னும் நான்கு நாட்கள் தான் லீவ் மிச்சமிருக்கிறது. எல்லா லீவிலும் செய்வது போலவே, வேலைகளைத் தள்ளிப் போட்டுக்கொண்டே வந்து கடைசி மூன்று நாளில் செய்வதற்கு நிறைய வேலைகளைக் காக்க வைத்திருந்தேன். என்றாலும் மனதில் எங்கோ ஓர் ஓரத்தில் அவரைப் போய் பார்த்துவிட்டு வர வேண்டும் என்று தோன்றியது.

ஊருக்குப் போவதற்கு முதல் நாள்தான் செல்வதற்கு வாய்த்தது. டூ வீலரில் போவதற்கு எளிதாகத்தான் இருந்தது. வழியெங்கும் வயல் வெளி. விளைந்த நெல் அறுவடைக்குத் தயாராகி நிற்கும் பருவம்.

ஊரின் தலைப்பிலேயே ஒரு பிள்ளையார் கோவில் இருந்தது. இரண்டு கிழவர்கள் கால்களைத் தொங்கப் போட்டுக்கொண்டு ரோட்டைப் பார்த்து அமர்ந்திருந்தார்கள். கோவிலையொட்டி இருந்த வேப்பமர நிழலில் வண்டியை நிறுத்தி விட்டு, இறங்கிப் போய் வைத்தியர் தாத்தாவைப் பற்றி விசாரித்தேன். அப்போது தான் எனக்கு நினைவு வந்தது. அவரது பெயரே எனக்குத் தெரியவில்லை. பெருசுகளும் அவரது பெயர் என்னவென்று கேட்கவில்லை. வைத்தியர் என்றதும் அவர்களுக்கு நன்றாகத் தெரிந்திருக்கிறது.

இன்னும் இரண்டு தெருக்களைத் தாண்டிப் போக வேண்டி யிருந்தது. தெருவைக் கடந்தவுடன் தாத்தாவின் வீட்டுக்குச் செல்லும் வழி ஒரு பெரிய வரப்பைப் போல் இருந்தது. மாட்டு வண்டிகள் செல்லும் அளவுக்கு அகலமாக இருந்தது. அந்தத் தெருவில் மிகவும் சொற்பமான வீடுகளே இருந்தன. ஆங்காங்கே ஒன்றிரண்டு கான்க்ரீட் வீடுகளும், ஓட்டு வீடுகளும் இருந்தன. "அதுதான் வைத்தியர் வீடு" என்று அவர்கள் கைகாட்டிய இடத்தில் ஒரு சிறிய கூரை வீடு இருந்தது. வீடென்று சொல்வது கூட கொஞ்சம் அதிகப்படுத்திச் சொல்வது போல. கூரைக் கொட்டகை அது. அதன் வாசலில் சிறிய புங்கமரம் ஒன்று இருந்தது. வீட்டைச் சுற்றி மூங்கில் முள்ளாலான வேலி.

படலைத் திறந்துகொண்டு உள்ளே போனால், சிறிய வாசற் கதவு சாத்தியிருந்தது. 'தாத்தா... தாத்தா...' என்று அழைத்துக் கொண்டே கதவைத் தள்ளினேன். திறந்து கொண்டது. உள்ளே போகலாமா என்று ஒரு கணம் தயங்கினேன். அட... நம் தாத்தா

வீடல்லவா இது என்ற நினைவு எனது தயக்கத்தைப் போக்கி உள்ளே செலுத்தியது.

நொய்ந்த கூரையை ஊடுருவிய சூரியக்கதிர்கள் வீடு முழுக்க வட்ட வட்டமான காசுகளை விசிறி வைத்திருந்தது. அந்த வெளிச்சத்தில் ஒரு சிறிய கட்டிலும், கொஞ்சம் தட்டு முட்டுச் சாமான்களும், சிறிய மண் அடுப்போடு கூடிய தடுப்பும் கண்ணுக்குப் பட்டது. தாத்தா வீட்டில் இல்லை.

கொல்லைக்கதவைத் திறந்தால் சிறிய கைப்பம்பு ஒன்று இருந்தது. அதையொட்டி, அம்மியொன்று கிடந்தது. பயன்படுத்தி வருடங்களாகியிருக்கும் என்று பார்த்தவுடன் தெரிந்தது. மீண்டும் வீட்டின் உள்ளே போய், இரண்டு கதவுகளையும் மூடி வைத்துவிட்டு வெளியே வந்தேன்.

பக்கத்து வீட்டிலிருந்து வெளியே வந்த பெண்ணொருத்தி, என்னிடம் வேறெந்தக் கேள்வியும் கேட்காமல் 'வைத்தியரு இவ்ளோ நேரம் இங்கதான் இருந்தாரு, இப்பதான் தோ குளத்துக்கரை பக்கமா போனாரு...' என்று சொல்லிவிட்டு, வெளியில் கிடந்த விறகுகளில் கொஞ்சத்தை எடுத்துக்கொண்டு உள்ளே போனாள்.

நான் வண்டியின் மீது அமர்ந்து தெருவை வேடிக்கை பார்க்கத் தொடங்கினேன்.

தாத்தாவுக்கு யாருமே இல்லை என்ற நினைவு துயரத்தைக் கூட்டியது. பக்கத்துக்கு வீடுகளில் கூட அவரிடம் அனுசரணை யாக இருப்பதற்கு ஆட்கள் இருக்காது போலவே.

புகை பிடிக்க வேண்டும் போல இருந்தது. எப்படியும் இந்தத் தெருவில் ஒரு பெட்டிக்கடை இருக்கும், வாங்கலாம் என்று நினைத்து வண்டியிலிருந்து காலை கீழே வைத்தபோது தாத்தா தூரத்தில் வந்துகொண்டிருப்பது தெரிந்தது.

தெருவில் ஆட்கள் நடமாட்டமே இல்லை. இரண்டு பக்கமும் நெடிய படல்களும், வேலிக்கால்களில் நடப்பட்டு வளர்ந்திருந்த பசிய மரங்களுக்கிடையில் தாத்தா நடந்து வருவது ஒரு சித்திரத்தைப் போல இருந்தது. தனிமையின் செறிவு கூடிய ஒற்றைச் சித்திரம்.

வைத்த கண் வாங்காமல் அவரைப் பார்த்துக்கொண்டே

நின்றேன். கொஞ்சம் நெருங்கியவுடன் தனது வீட்டு வாசலில் நிற்கும் வண்டியையும், புதிய ஆள் ஒருவன் நிற்பதையும் தாத்தா கவனிப்பது அவரது நடையில் தெரிந்தது. நெருங்க நெருங்க அவரது நடையின் வேகம் கூடியது. மிகவும் பக்கத்தில் வந்த பிறகுதான் வந்திருப்பது நானென்று அவருக்குத் தெரிந்தது.

“ஏய், வாய்யா வாய்யா” என்று கைகளைப் பற்றிக்கொண்டார். கொஞ்சமாக வேர்த்திருந்த ஈரக்கைகளை நானும் அழுத்தமாகப் பற்றிக்கொண்டேன்.

“ஏன்ய்யா இவ்ளோ தூரம் வந்திருக்க? வெளில ஏன் நிக்கிற? உள்ள போயி கட்டில்ல உக்கார வேண்டியது தான” என்று சொல்லிக்கொண்டே கதவைத் திறந்து உள்ளே போனார். நான் தொடர்ந்தேன்.

தோளில் கிடந்த துண்டை எடுத்து, கட்டிலின் மீது கிடந்த போர்வையின் மீது தட்டிவிட்டு “உட்காரு” என்றார். நான் உட்கார்ந்தவுடன் அவரும் உட்கார்ந்து கொண்டார்.

எங்கள் இருவருக்கும் பேசுவதற்கு ஒன்றுமே இல்லையென்பது அபத்தமாகத்தான் இருந்தது. நான் அதிகமாக நெகிழ்கிறேன் என்பது எனக்கே தெரிந்தது. தாத்தாவைப் பற்றி எனக்கு ஒன்றுமே தெரியவில்லை. இத்தனை நாட்களாக நான் அவரைக் கைவிட்டிருக்கிறேன் என்பது குற்றவுணர்வைக்கூட்டி என்னைப் பேசமுடியாமலாக்கி விட்டிருந்தது. கூரை, அடுப்படி, கொல்லைப்புறம் என்று நான் பார்வையை ஓட்டினேன்.

“தண்ணி குடிக்கிறியா” என்று கேட்டார்.

“இல்ல தாத்தா வேணாம்” என்று அவரிடம் சொன்னேன். இருந்தாலும் எழுந்து சென்று, மண் குடத்தில் இருந்த தண்ணீரை மொண்டு குடித் தேன். அண்ணாந்து குடிக்கும் போது முகத்தில் குவிந்த சூரிய வெளிச்சம் கண்ணை மூட வைத்தது.

அவருக்கும் கொஞ்சம் தண்ணீர் எடுத்துக் கொடுத்தேன். குடித்துவிட்டு குனிந்து சொம்பைக் கீழே வைத்துவிட்டு தாத்தா திரும்பி எனது முகத்தைப் பார்த்துப் புன்னகைத்தார். கி...கி...கி... என்று அவர் சிரிக்கும் சிரிப்பைக் கேட்க வேண்டும் போல இருந்தது எனக்கு.

“உனக்கு ஊருக்குப் போக இன்னும் எத்தன நாள் இருக்கு?”

என்று கேட்டார். நாளைக்குப் போகணும் என்றவுடன், "ஓ அப்படியா" என்றார்.

அவரிடம் ஏதாவது பேச வேண்டும் என்பதற்காக, நான் செய்யும் வேலை, அந்த நாட்டைப் பற்றியெல்லாம் நிறைய சொல்லிக்கொண்டிருந்தேன். கொஞ்சம் கொஞ்சமாக தாத்தா சகஜமாகிக் கொண்டிருந்தார். நிறைய கேள்விகள் கேட்டார். படல் திறந்திருந்ததால், வீட்டின் உள்ளே வந்து எட்டிப்பார்த்த ஆடு ஒன்றை துண்டால் விசிறி ஓட்டிவிட்டு மீண்டும் வந்து அமர்ந்துகொண்டு, என்னிடம் கதை பேசத் தொடங்கினார்.

ஏன் தனியாக இருக்கிறீர்கள், சாப்பாட்டுக்கு என்ன செய்கிறீர்கள் என்று கேட்கவேண்டும் எனத் தோன்றியது. மிக எளிய கேள்விகள்தான் அவை. ஆனால் என்னால் அதைக் கேட்கவே முடியவில்லை. மீண்டும் மீண்டும் மனதுக்குள் ஒத்திகை பார்த்தபடி, அக்கேள்விகளின் தொனியில் திருப்தியுறாமல், கேட்காமல் நிராகரித்துக்கொண்டே இருந்தேன்.

தாத்தா மாட்டு வைத்தியத்தில் நிகழ்ந்த சுவாரசியமான சமபவங்கள் பலவற்றைச் சொல்லி சிரிக்கத் தொடங்கினார். அடிக்கடி, உன் தாத்தன் என்ன பண்ணினான் தெரியுமா என்றும் சொல்லிக்கொண்டே இருந்தார். சோகத்தை உள்ளூர வைத்துக்கொண்டு வெளியில் சிரிக்கும் சிரிப்பல்ல அது. மலர்ந்து சிரித்துக்கொண்டிருந்தார். நான் அவர் மீது அவசியமற்ற பரிதாபம் கொண்டு அவரை சிறுமைப்படுத்துகிறேன் என்று கூட ஒரு கணம் தோன்றியது.

அப்போதுதான், "தாத்தா, நீங்கள் கல்யாணம் பண்ணிகிட்டீங்களா இல்லையா" என்று கேட்டேன். "ம்ம்... பண்ணிக்கிட்டேன் பண்ணிக்கிட்டேன். அது இல்லாமலா. ஒரு ஏழெட்டு வருஷம் அவ கூட வாழ்ந்திருப்பேன்."

"அப்புறம்?"

"அப்புறம் என்ன அப்புறம்... அவ செத்துப் போய்ட்டா. இப்ப நடந்த மாதிரி இருக்கு. அவ செத்தே நாப்பது வருசத்துக்கு மேல ஆச்சு." அதைச் சொல்லும்போது அவரது குரலில் துளி வருத்தம் இல்லை. அது வெறும் தகவல் என்பது போல பகிர்ந்து கொண்டார்.

நிறைய நேரம் பேசிக்கொண்டிருந்தோம். ஒரு கட்டத்தில் கிளம்பலாம் என்று தோன்றியது. "நான் கிளம்பவா தாத்தா?" என்று கேட்டபோது, "சரிய்யா, பாத்து பத்திரமா போ" என்று சொன்னார். எந்த துக்கமுமற்ற, கோரிக்கைகளற்ற அழுத்தமான குரல்.

நான்தான் கொஞ்சம் தடுமாறினேன். அவருக்குத் தருவதற்காக எடுத்து வந்திருந்த பணத்தைத் தரலாமா வேண்டாமா என்று தயக்கமாக இருந்தது.

"பாத்து... குனிஞ்சி வெளில வா" என்று சொல்லிவிட்டு அவர் முதலில் வெளியேறினார். நான் என்னிடம் இருந்த மொத்தப் பணத்தையும் எடுத்துக் கட்டிலில் வைத்துவிட்டு வெளியே வந்தேன்.

நான் வண்டியை நெருங்கியபோது தாத்தா ஏதோ நினைத்துக் கொண்டவரைப் போல மீண்டும் உள்ளே போனார். வரும்போது அவரது கையில் சிறிய பாட்டில் இருந்தது. அதனுள்ளே பச்சை வண்ணத்தில் திரவம் இருந்தது. அதை என்னிடம் கொடுத்து விட்டு, "அன்னைக்குப் புள்ளையை பாத்தேன்ல, நெஞ்சுச் சளி நிறைய இருந்துச்சு. இதெல்லாம் பச்ச புள்ளைவோளுக்கு வர்றது தான். இந்த மருந்தை பஞ்சுல தொட்டு ராத்திரில மட்டும் நெஞ்சில தடவி விடு. பயப்படாத... என்னடா தாத்தா மாட்டுக்கு வைத்தியம் பாக்குறவனாச்சே புள்ளைக்கு மருந்து தர்றானேனு."

"இத நானும் தடவிக்கலாமா தாத்தா" என்ற போது, அது வொரு பெரிய நகைச்சுவையைப்போல கி... கி... கி... என்று சிரித்தார்.

அவரது சிரிப்பை ஊடுருவிக் கொண்டே, "நாம மாடு வாங்க லாமா தாத்தா. அப்பா பாக்கலைனா என்ன, நாம ஆளு வச்சு பாத்துக்கலாம்" என்றேன்.

"இல்லடா... வேணாம்..." என்றார்.

"இல்லைன்னா இப்படிப் பண்ணலாமா தாத்தா, நீங்களும் நம்ம வீட்டுக்கே வந்திடுங்க. நீங்களே பாத்துக்கங்க" என்று சொன்னேன். எனது குரல் ஒரு சிறுவனுடையதைப் போல தோன்றியது எனக்கு.

"எனக்கு வைத்தியம் பாக்க மட்டும் தாண்டா தம்பி தெரியும். மாடு கன்னெல்லாம் வளர்க்க வராது" என்றார். அது எல்லா வற்றுக்குமான பதிலைப் போல இருந்தது. அந்தத் தெருவைக் கடக்கும் வரை வண்டியின் கண்ணாடியில் தாத்தா தெரிந்து கொண்டே இருந்தார்.